I0535090

करुनाडू कर्नाटक

दिलीपराज प्रकाशन प्रा. लि.™

२५१ क, शनिवार पेठ, पुणे - ४११०३०.

दिलीपराज प्रकाशनाची सर्व पुस्तके आता आपण Online खरेदी करू शकता.
आमच्या Website ला कृपया एकदा अवश्य भेट द्या अथवा Email करा.

Email - diliprajprakashan@yahoo.in

www.diliprajprakashan.in

आपला
भारत २०

करुनाडू कर्नाटक

राजा मंगळवेढेकर

दिलीपराज प्रकाशन प्रा. लि. ™

२५१ क, शनिवार पेठ, पुणे - ४११०३०.

करुनाडू कर्नाटक
Karunadu Karnatak

लेखक : राजा मंगळवेढेकर

ISBN : 81 - 7294 - 263 - X

प्रकाशक । राजीव दत्तात्रय बर्वे । मॅनेजिंग डायरेक्टर ।
दिलीपराज प्रकाशन प्रा. लि. । २५१ क, शनिवार पेठ । पुणे ४११०३०.
दूरध्वनी क्रमांक (फॅक्ससहित)
२४४७१७२३ । २४४८३९९५ । २४४९५३१४

© **दुर्गा मंगळवेढेकर**
९, अशोकबन, मॉडेल कॉलनी । पुणे - ४११०१६.

मुद्रक । रेप्रो इंडिया लिमिटेड, मुंबई

सुधारित आधुनिक आवृत्ती । १५ जून २०१५
(मे २०१५ पर्यंतच्या माहितीसह)

प्रकाशन क्रमांक । ९१७

अक्षरजुळणी । सौ. मधुमिता राजीव बर्वे
पितृछाया मुद्रणालय । ९०९, रविवार पेठ । पुणे ४११००२.

मुद्रितशोधन । सुभाष फडके

मुखपृष्ठ । सागर नेने

भिन्नतेत या अभिन्न...

भिन्नतेत या अभिन्न आज गाऊ आरती
लक्ष हस्त, लक्ष पाद, हृदय एक भारती
भिन्न वेष, भिन्न भाष, भिन्न धर्मरीती
भिन्न जात, भिन्न पंथ, तरीही एक संस्कृती ।।१।।
भिन्न रंग, भिन्न ढंग, भिन्न भाव-आकृती
भिन्न छंद, भिन्न बंध, आगळी कलाकृती ।
भिन्न वाणी, भिन्न गाणी, अर्थ एक वाहती
भिन्न शौर्य, भिन्न धैर्य, घोष एक गर्जती ।।२।।
भिन्न भवन, भिन्न हवन, भिन्न क्षेत्र मानिती
लहर लहर भिन्न तरी, एक गगन-माती ।
भिन्न तार, ताल तरी, एक मधुर झंकृती
कमलपुष्प हासते पाकळ्यांतुनी किती ।।३।।

राजा मंगळवेढेकर

अनुक्रमणिका

१) कन्नड माता   ७

२) साक्षी इतिहास   १६

३) लोक आणि लोकाचार   ३०

४) भाषा आणि साहित्य   ३८

५) कलाप्रिय कर्नाटक   ५०

६) स्थलयात्रा   ५८

७) विकासोन्मुख कर्नाटक   ६७

८) कन्नड लोकसाहित्य   ७१

९) संभाषण   ७७

१०) कर्नाटक गीत   ७९

१. कन्नड माता

ताये बार मोगव तोर कन्नडिगर मातेये-
हरसु ताये सुतर काये नम्म जन्मदातेये !
नम्म तप्पनेनितो ताळ्वे
अक्करे यिंदेम्मनाळवे
नीने कणा नम्म बाळ्वे
निन्नमरेयलम्मेवु
तनु कन्नड मन कन्नड नुडि कन्नडवेम्मवु !!

माते! हे कन्नड माते !ये आणि दर्शन दे !

माते, आशीर्वाद दे, तुझ्या लेकरांचा सांभाळ कर, हे जन्मदात्री माते ! माते, तूच जन्मदात्री आहेस. वात्सल्यमयी आहेस. आमचे जीवनच तू आहेस. आम्ही तुला विस्मरणार नाही.

आमचे तन कन्नड आहे, मन कन्नड आहे,वाणी कन्नड आहे !

कन्नडिगांची अशी ही प्रिय व आदरणीय भूमी भारताच्या दक्षिण प्रांती आहे. भारतीय संस्कृतीचेच एक विलोभनीय रूप कर्नाटक संस्कृती नावाने प्रकट झालेले आहे. तसेच भारतीय संस्कृतीमध्ये कन्नड संस्कृतीचे प्रतिबिंब उमटलेले आहे. एकमेकांना पूरक अशीच त्यांची देवाण-घेवाण आहे. भारतीय संस्कृती म्हणजे एक सुंदर विशाल, रमणीय, असे नंदनवन आहे, त्यातील कन्नड-संस्कृती एक समृद्ध उपवन आहे !

या उपवनातील विविध शाखा - शाखांमधून कन्नड-संस्कृती बहरलेली आहे. कन्नड भाषेतील प्राचीन ग्रंथ, प्रचलित धर्म-पंथ , ज्ञान-विज्ञान, मंदिरे,वास्तू, शिल्प, शिलालेख व विविध ललितकला , लोकजीवन, रीतिरीवाज सण-समारंभ

अनेकानेक अंगानी कन्नड संस्कृती आपली वडीलकी सांगत आहे.

'तनु कन्नड मन कन्नड नुडि कन्नडवेम्मवु' असा सार्थ अभिमान गात असताना देखील 'बी.एम.श्री' सारखे कन्नड आचार्य कविवर्य आपले भारतीयत्व विस्मरत नाहीत. भारताची एकता आणि त्याची विराट शक्ती यावर त्यांची अढळ निष्ठा होती. ते आपल्या एका काव्यात म्हणतात-

ओंदे जनवागिहेवु-ओलि
दोंदे भारव होरुवेवु
निन्न हिंदिन भाग्यवेल्लव मरळि साधिसि मेरेवेवु ।
निन्न धर्मामृतव शोधिसि बरडु लोकक्केरेवेवु ।।

आम्ही एकराष्ट्र आहोत. आम्ही सर्व मिळून राष्ट्राचा भार उचलू. हे भारतमाते, आम्ही आमच्या कठोर साधनेद्वारा तुझे प्राचीन वैभव तुला पुनरपि प्राप्त करून देऊ. तुझे धर्मरूपी अमृत या तहानलेल्या दुनियेला पाजू !

सांस्कृतिक व राजकीय दृष्टीनेही कर्नाटकांच्या भूमीला प्राचीन इतिहास आहे.

सिंधूच्या खोऱ्यातील संस्कृतीशी कर्नाटक -संस्कृतीचा कशा प्रकारचा संबंध होता याची निश्चित माहिती जरी उपलब्ध नसली तरी येथील चित्रदुर्ग जिल्ह्यातील चंन्द्रवळिळ् नामक गावी सापडलेल्या प्राचीन अवशेषांच्या आधारे त्यांचे मोहोंजोदडो व हडप्पा येथील अवशेषांशी साम्य असल्यामुळे दोहोत संपर्क संबंध असावा असे तज्ज्ञांचे अनुमान आहे. फादर हेरास या विद्वानाचे तर असे मत आहे की, मोहेंजेदडो येथील एका शिलालेखात 'डोळ्यांचे'जे चिन्ह आहे ते कन्नड जातीचे प्रतिक आहे. 'खन' म्हणजे डोळा किंवा पाहणे. कन्नन करून कन्ननीर व पुढे कन्नडिंग झाले असावे.

'कर्नाट' किंवा कर्नाटक असेही या भूमीला संबोधले जाई. कर्नाट किंवा कर्नाटक या भूमीचा प्रथम उल्लेख महाभारतामध्ये मिळतो. महाभारताच्या सभापर्वात 'कर्नाट' हा शब्द या प्रदेशातील राजांच्यासाठी वापरलेला आहे.

कर्नाटाः कांस्यकुट्टाश्च पद्मजालाः सतीनरा-

भीष्म पर्वातही कर्नाटक चा उल्लेख आढळतो. त्यानुसार द्रविड, केरळ याचप्रमाणे कर्नाटक हा दक्षिण भारतातील एक प्रदेश आहे.

अथापरे जनपदाः दक्षिणा भरतर्षभ ।
द्रविडाः केरलाः प्राच्या मूषिका वनवासिका।।
कर्णाटका महिषका विकल्पा मूषकस्तथा ।
झिकुंकाः कुंलताश्चैव सौहृदा नभकानना ।।

प्राचीन काळी 'कर्नाटक' व 'कुंतल' हे शब्द बहुधा दक्षिण कर्नाटक व उत्तर

अजस्त्र नंदी - म्हैसूर

कर्नाटक या शहरांसाठीच वापरत असावेत.

वरील श्लोकात वनवासिका, महिषका व कुंतल अशी नावे आहेत. ती क्रमशः वनवासी म्हैसूर व उत्तर कर्नाटक या भागांसाठी योजिलेली आहेत. हे तिन्ही प्रदेश कन्नड भाषी प्रांतात आहेत.

पांडवापैकी नकुल याने कर्नाटकातील पाच राज्ये जिंकली होती. असाही उल्लेख महाभारतामध्ये आहे.

रामायण व महाभारत ही प्रसिद्ध भारतीय महाकाव्ये आहेत. महाभारतामध्ये कर्नाटक चा उल्लेख जसा आढळतो. तसा रामायणामधे स्पष्ट रीतीने आढळत नाही. परंतु दक्षिणेतील अनेक ठिकाणांचे वर्णन आढळते. ऋषिका ,माहिषिका, आंध्र, पुंड्र चोळ, पाण्ड्य, केरल, इत्यादी अशोकाच्या शिलालेखातीतही ऋषिका चा उल्लेख आहे. हा कर्नाटकातीलच एक भाग आहे. 'माहिषिका हे प्राचीन नाव म्हैसूरचे असावे. रामायणात वैजयंतिका हे नाव आहे. ते बहुधा वनवासी प्रदेशासाठी असावे.

'कर्नाटक ' हे नाव रामायणात आढळत नाही. याचे कारण असे सांगतात की, रामायणकाली गोदावरी व कावेरी या नद्यांच्यामधील भूभागात विशेष लोकवस्ती नव्हती. तिथे घनदाट अरण्य होते. 'दंडकारण्य' म्हणून ते प्रसिद्ध होते.

प्राचीन कर्नाटकाचा विस्तारही आजच्याहून वेगळा होता.नृपतुंग नावाच्या राष्ट्रकूट राजाने आपल्या 'कविराजमार्ग' नामक ग्रंथात म्हटले आहे.

कावेरियिंदमागो
दावरि वरमिर्द नाडदा कन्नदोळू ।
भाविसिद जनपदं वसु
धावलय विलीन विषय विशेषम ।।

कावेरी ते गोदावरीपर्यंत पसरलेला भूभाग म्हणजे कन्नड होय. वसुधेचा समस्त वैशिष्ट्यांनी युक्त असे हे जनपद विलसत आहे. याचा अर्थ नृततुंग राजाच्या कारकिर्दीत कावेरीपासून गोदावरीपर्यंत कर्नाटक प्रदेश विस्तारलेला होता. महाराष्ट्र व आंध्र अशा दोन राज्यांत नंतरच्या काळात गोदावरीचा दक्षिण भाग विभागला गेला. आजच्या महाराष्ट्रातील व आंध्रातील बराच प्रदेश तत्कालीन कन्नड राजवटीखाली होता. तसेच कन्नडचा महाकवी पंप याने आंध्र तत्कालीन वैगिमंडल हे कन्नड भाषेचे व साहित्याचे मोठे केंद्र होते असा उल्लेख केलेला आहे.

कर्नाटकला कन्नड हे दुसरे नाव आहे. कन्नड हा शब्द 'करू' 'नाडू' अशा दोन शब्दांवरून बनलेला आहे. 'करू' म्हणजे मोठा किंवा उंच व नाडू म्हणजे प्रदेश करूनाडू -कन्नाडू-कन्नड असा शब्द तयार झाला.

'कन्नडदबेले ' या आपल्या ग्रंथात श.बा. जोशी यांनी कन्नड भाषा बोलणाऱ्यांचे अस्तित्व वैदिक कालापासून असल्याचे सांगितले आहे. त्यांच्या मतानुसार मूळ 'कन्नाड' शब्दाचेच कालांतराने कन्नड हे रूप बनले. कण-नाडू यावरून कन्नडू ,'कण' ही आर्यपूर्व द्रविडांची एक जमात होती. म्हणून कण जातीच्या लोकांचा देश-नाडु तो कन्नड याचेच संस्कृत रूपांतर 'कर्नाटक' असे झाले.

प्राचीन तमिळ ग्रंथामधून 'करूनाडर', 'करूनडर' व 'करूनाडगन' इत्यादी नावेही आढळतात. परंतु तमिळ बृहतकोशात कन्नड असा देशवाचक शब्द आहे. कन्नड शब्द देशवाचक तसा जातिवाचकही उपयोगात आणला जातो. कन्नड लोक बोलतात ती भाषाही 'कन्नड' म्हणूनच ओळखली जाते. मराठीत याचे रूपांतर 'कानडी', असे झाले आहे. भाषाभेदांमुळे होणारी गंमत संत तुकारामांनी आपल्या एका अभंगाच्या चरणात अशी वर्णन केलेली आहे-

कानडीने केला मऱ्हाटा भ्रतार ।
एकाचे उत्तर एका न ये ।।
संत ज्ञानदेवांनी तर विठ्ठलाला ।
'कानडा ही विठ्ठलु करनाटकु'
म्हणूनच संबोधले आहे.

आज अस्तित्वात असलेले 'कर्नाटक राज्य' १ नोव्हेंबर १९५६ रोजी भाषावार प्रांत पुनर्रचनेच्या वेळी साकार झालेले आहे. त्या वेळी यांचे नाव 'म्हैसूर राज्य' असेच होते. परंतु लोकसभेच्या मान्यतेनुसार १ नोव्हेंबर १९७३ पासून पुनरपि कन्नड भूमी 'कर्नाटक' या नावाने संबोधली जाऊ लागली भाषावार प्रांतरचनेपूर्वी इंग्रजी अंमलापासून कर्नाटकाचे भिन्न भिन्न भाग शेजारच्या भिन्न भिन्न प्रदेशात विखुरलेले होते. म्हैसूर हे संस्थानच होते. बेळगावकडील भाग मुंबई इलाख्यात होता. गुलबर्गाकिडील भाग निजामच्या राज्यात होता. कानडा आणि बल्लारी हे जिल्हे मद्रास इलाख्यात होते.१ नोव्हेंबर १९५६ रोजी हे विखुरलेले कन्नडभाषी प्रदेश प्रथम एकत्र आले.

आजच्या कर्नाटक राज्याच्या चतुःसीमा पुढीलप्रमाणे आहेत. उत्तरेला महाराष्ट्र तर दक्षिणेला केरळ व मद्रास यांची सोबत आहे. पूर्वेला आंध्राचा शेजार आहे. तर पश्चिमेला गोव्याचे सानिध्य आणि दोनशे मैल लांबीचा समुद्रकिनारा लाभलेला आहे.

लांबी रुंदीचा विचार केला तर कर्नाटक हे भारतीय संघ राज्यातील सहाव्या क्रमांकाचे मोठे राज्य आहे. याचे क्षेत्रफळ १,९१,७९१ चौ.कि.मी आहे.

या प्रदेशातील लोकसंख्येचे धर्मनिहाय वितरण, तसेच साक्षरता, स्त्री -पुरुष गुणोत्तर वगैरे तपशील पुढील कोष्टकात दिला आहे.

लोकसंख्या	**मुस्लिम %**	**हिंदु %**	**ख्रिश्चन %**	**बौद्ध व अन्य %**
५,२८,५०,५६२	६४,६३,१२७	४,४३,२१,२७९	१०,०९,१६४	१०,०९,१६४
२००१ च्या जनगणणेनुसार	१२.२३	८३.८६	१.९१	२.००

जिल्हा	**लोकसंख्या**	**जिल्हा**	**लोकसंख्या**
बागलकोट	१८,९०,८२६	गुलबर्गा	२५,६४,८९२
बंगलोर	९५,८८,९१०	हसन	१७,७६,२२१
बंगलोर ग्रामीण	९,८७,२५७	हावेरी	१५,९८,५०६
बेळगाव	४७,७८,४३९	कोडागु	५,५४,७६२
बेल्लारी	२५,३२,३८३	कोलार	१५,४०,२३१
बिदर	१७,००,०१८	कोप्पल	१३,९१,२९२

विजापूर	२१,७५,१०२	मांड्या	१८,०८,६८०
चामराजनगर	१०,२०,९६२	म्हैसूर	२९,९४,७४४
चिक्कबल्लपूर	१२,५४,३७७	रायचूर	१९,२४,७७३
चिकमगलूर	११,३७,७५३	रामनगर	१०,८२,७३९
चित्रदुर्ग	१६,६०,३७८	शिमोगा	१७,५५,५१२
दक्षिण कन्नडा	२०,८३,६२५	टुंकूर	२६,८१,४४९
दावणगिरी	१९,४६,९०५	उडुपी	११,७७,९०८
धारवाड	१८,४६,९३३	उत्तर कन्नडा	१४,३६,८४७
गदग	१०,६५,२३५	यादगीर	११,७२,९८५
एकूण लोकसंख्या	**स्त्री : पुरुष गुणोत्तर**	**साक्षरता**	**शहरी:ग्रामीण गुणोत्तर**
६,१०,९५,२९७	**९७३/१०००**	**७५.३६%**	**३९/६१**
एकूण क्षेत्रफळ	**जंगले**	**सिंचनाखालचे**	**२६ शहरे**
१९१,७९१ किमी²	**४३,०८४ किमी²**	**३४६३ हजार हेक्टर**	**२७,४८१ खेडी**

एक लाखावर लोकवस्ती असलेली एकूण २६ शहरे कर्नाटकमध्ये असून त्यातील सर्वात मोठे शहर म्हणजे राजधानी बंगलुरू लोकसंख्या ८४,२५,९७० आहे. तर म्हैसूरची लोकसंख्या ८,८७,४४७ आणि हुबळी-धारवाडची लोकसंख्या ९,४३,८५७ इतकी आहे. या राज्याच्या विधानसभेत २२५ तर विधानपरिषदेचे ७५ आमदार असतात. या राज्यातून लोकसभेच्या २८ तर राज्यसभेच्या १२ जागा आहेत.भौगोलिक दृष्टीने १) खालाटी किंवा समुद्र-किनारपट्टीचा प्रदेश २) घाट किंवा मलेनाडु, ३) दक्षिण मैदानी प्रदेश, ४) उत्तर मैदानी प्रदेश असे साधारणपणे चार स्वाभाविक विभाग पडतात.

समुद्रकिनारपट्टीची लांबी २६७ कि.मी. मैलांची असून हा घाटाखालचा प्रदेश आहे. सह्याद्रीचे अनेक फाटे या प्रदेशात घुसलेले असून त्यामुळे हा भाग जंगलमय बनलेला आहे. सह्याद्रीतून उगम पावलेल्या काळी, गंगावळी, तदडी, शरावती, ह्या नद्या या प्रदेशातून वाहतात. कारवार, कुमठा, होनावर, अंकोले, भटकळ ही बंदरे या नद्यांच्या समुद्रसानिध्यामुळे मच्छिमारीचा व नौका बांधणीचा व्यवसायही जोरात चालतो.

१२ / आपला भारत - करुनाडु कर्नाटक

या भागात सरासरी २,५०० मिलीमीटर पाऊस दरवर्षी खात्रीने पडतो. निसर्ग सौदर्याने नटलेला रमणीय असा हा एक भाग आहे.

'मलेनाडू' म्हणजे पर्वतीय डोंगराळ प्रदेश. सह्याद्रीच्या डोंगराची उंची सर्वत्र समान नाही. उत्तरेस ती दोन ते तीन हजार फूट उंच आहे. तर दक्षिणेस ती सहा हजार फुटाच्याही वर उंच आहे. या भागातील डोंगरावरून, मलप्रभा, घटप्रभा, तुंगभद्रा, कावेरी,पेन्नार या नद्या उगम पावलेल्या आहेत. आणि पूर्ववाहिनीही आहेत. या भागात जंगल पुष्कळ असून त्यांत सागवान शिसवी चंदन इत्यादी वृक्षांची रेलचेल आहे. कापूस, हळद, मिरची व तंबाखू ही पिके इथे विशेष प्रमाणावर होतात. भात व कॉफी नारळ व सुपारी यांचे उत्पन्नही बरेच होते. वृक्षाच्छादित पर्वत पाण्याचे धबधबे, खोल दऱ्याखोरी यामुळे हा भाग सुंदर आहे.

दक्षिण मैदानी प्रदेश असंख्य अशा विविध दऱ्याखोऱ्यांनी विभागलेला आहे. पावसाचे प्रमाण पश्चिमेकडून पूर्वेकडे कमी कमी होत जाते. या भागात वार्षिक सरासरी २० ते ३० इंच पाऊस पडतो. कर्नाटकातील 'तळ्यांचा प्रदेश' म्हणून हा भाग प्रसिद्ध आहे. या भागात बरेच जलाशय आहेत. येथील मुख्य पीक भात व रगी असले तरी खोऱ्यांतून नारळी-पोफळीचे उत्पन्नही होते

उत्तर मैदानी प्रदेश हा मलेनाडूच्या पूर्वेला राज्याच्या दक्षिणोत्तर असा पसरलेला आहे.कृष्णा नदीच्या काठावरच्या ह्या प्रदेशात रायचूर बागलकोट विजापूर, गुलबर्गा बिदर हा भाग येतो. येथे सुपीक काळी जमीन असून ज्वारी,गहू व कापूस ही मुख्य पीके होतात.पावसाळ्याचे प्रमाण कमी आहे.

कर्नाटकाची भूमी खनिज उत्पन्नाच्या दृष्टीने खूपच श्रीमंत असून अक्षरशः सूवर्णभूमी आहे. कोलार येथील सुवर्णाच्या खाणीतून भारतात मिळणाऱ्या सुवर्णाच्या ऐंशी टक्के सुवर्ण मिळते ! म्हणून या भूमीला 'चिन्नदनाडू ' म्हणजे स्वर्णदेश असे म्हणतात. लोह, मँगेनीज, क्रोमाईट, अभ्रक इत्यादींचे वैपूल्य आहे. हा एकूण क्षेत्रफळांच्या मानाने मिळणाऱ्या सुवर्णांच्या ऐंशी टक्के सुवर्ण मिळते म्हणून या भूमीला 'चिन्नडनाडू' म्हणजे स्वर्ण देश असे म्हणतात. लोह, मँगनीज क्रोमाईट,अभ्रक इत्यादींचे आहे.

कर्नाटक राज्यातील जंगल-विभाग हा एकूण क्षेत्रफळाच्या मानाने लहान २०.१० टक्के आहे. परंतु उत्पन्नाच्या दृष्टीने फारच समृद्ध आहे. भारतातील जंगल संपत्तीच्या उत्पादनाचे प्रमाण चौरस किलोमीटर मागे सरासरी ७२० रूपये आहे. पण तेच कर्नाटकमध्ये २,८०० रूपये आहे.

सुवर्णाप्रमाणेच चंदनाची देखील ही भूमी आहे.

कृष्णा, कावेरी या दोन मुख्य नद्यांनी व त्यांच्या अनेक उपनद्यांनी कर्नाटकाच्या भूमीची तहान भागवलेली आहे. काळी नदी, शरावती नेत्रावती, तुंगभद्रा इत्यादी नद्यांवरील प्रकल्पही सिद्ध होत आहेत.

जमीन हवामान, पिकांची विविधता या बाबतीत कर्नाटकाची अपूर्वाई प्रसिद्ध आहे.

विविध तऱ्हेचे पक्षी, पशु येथील जंगलात विपुल आहेत. हत्तीसाठी म्हैसूरची ख्यातीच आहे. वाघ, सिंह, काळवीट, हरिण इत्यादी श्वापदांचे संरक्षण केले जाते.

औद्योगिक आघाडीवर ही कर्नाटक अग्रेसर आहे. बंगलोर उद्योग नगरीच आहे. व्यापाराच्या क्षेत्रात कर्नाटक प्राचीन काळापासूनच एक व्यापारी केंद्र म्हणून प्रसिद्ध आहे. टॉलेमीच्या ग्रंथात बादामी इंडी कळकेरी मुद्‌गल, पट्टदकल्लु, बनवासि चिम्मळगी एल्लापूर पसगे इत्यादी तत्कालीन कर्नाटकातील प्रमुख स्थानांच्या व व्यापार-व्यवसाय केंद्राचा उल्लेख आहे. एका प्राचीन ग्रीक प्रहसनात कर्नाटकातील मंगळूरजवळील मल्पे या बंदराच्या संबंधित एक दृश्य आहे. हे प्रहसन दुसऱ्या शतकातील आहे.

कर्नाटकाचा कोणी एक राजा ग्रीकच्या सुंदर, लावण्यवती राजकुमारीला इकडे पळवून घेऊन आला. तो राजा मल्पे या दक्षिण कन्नड जिल्ह्यातील होता. त्याला मल्पे नायक म्हणून संबोधले जात असे . ग्रीक राजकन्येला पळवून आणल्यानंतर तिचा शोध करीत तिचे आप्त वगैरे संबंधी इकडे आले. त्यांनी मल्पे नायक याला मधुपान करून राजकन्येला सोडवून घेऊन गेले अशी त्या प्रकारची प्रहसनाची कथावस्तू आहे हे प्रहसन ग्रीक-भाषेत असले तरी त्यातही 'पगडेयाट', 'पान', 'लहले', 'गप्पाटप्पा' इत्यादी कन्नड शब्द आढळतात. यावरून एवढे निश्चित होते की, कर्नाटकाचे ग्रीक इत्यादी बाह्य देशांशी संबंध होते व प्रामुख्याने व्यापारी संबंध होते.

कर्नाटकाची भूमी जशी समृद्ध, सुपीक आहे, सृष्टी सौदर्यांने नटलेली आहे, तशीच तीर्थस्थाने धारातीर्थे कलाकौशल्य शोभलेली आहे, विशिष्टाद्वैत मताचे प्रतिपादक रामानुजाचार्य द्वैतवादाचे प्रवर्तक मध्वाचार्य वीरशैव धर्मप्रचारक बसवेश्वर हे सर्व थोर धर्मात्मे येथे होऊन गेले. पुरंदरदास, प्रभुदेव, अक्कमहादेवी, चेन्नबसव, अल्लमप्रभू, सिद्धराम, कनकदास, जगन्नाथदास यांच्यासारखे श्रेष्ठ संत, कुमारव्यास पंप, रन्न सर्वज्ञ यांच्यासारखे महाकवी या भूमीने भारताला दिले आहेत. बादामी, हळेबीड, श्रवणबेळगोळ, पट्टदकल्लू ,बेलूर ,हंपी, एरोळे इत्यादी विख्यात प्राचीन शिल्पमुर्ती मंदिरे, यांनी गजबजलेली कलास्थाने कर्नाटकात आहेत. कर्नाटक संगीताची जोपासना येथे झाली. प्रसिद्ध जोग गिरसप्पा व गोकाक हे धबधबे येथेच आहेत.

कर्नाटक राज्याची प्रमूख राज्यभाषा 'कन्नड' आहे. भारतीय प्रमुख भाषांमधे

'कन्नड' भाषेला मानाचे स्थान आहे. कन्नड ही साहित्यसंपन्न भाषा आहे.

आर्यावत आणि दक्षिणापथ यांच्यामधे 'कर्नाटक' चे स्थान एखाद्या स्नेह धाग्यासारखें आहे. दक्षिण-उत्तर भारताचा भातृभाव व एकता यांची प्राचीन काळापासूनच कर्नाटक जोपासना करीत आलेला आहे.

★★

हम्पी

२. साक्षी इतिहास

कर्नाटक राज्याला प्राचीन विस्तृत इतिहास आहे. चित्रदुर्ग जिल्ह्यातील चन्द्रवल्ली नावाच्या गावी उत्खननात प्रागैतिहासिक कालातील वस्तूंचे अवशेष मिळालेले आहेत लोखंड, पितळ इत्यादी धातूंची भाडी व शस्त्रे, सोन्या चांदीचे दागिने, मनुष्य व पशु यांच्या शिल्पाकृती इत्यादी उपलब्ध प्राचीन अवशेषांच्या आधारे त्या काळच्या संस्कृतीचा अंदाज करता येतो.

या अवशेषांप्रमाणेच प्राचीन शिलालेखांचाही उपयोग इतिहास जाणून घेण्यासाठी होत असतो. कर्नाटकात प्राचीन शिलालेख खूपच आहेत. ताम्रपटही बरेच उपलब्ध आहेत.

सम्राट अशोकाचा शिलालेख ब्राह्मी लिपीत आहे. त्यावरून असे अनुमान काढतात की, त्या काळी ब्राह्मी लिपी अधिक प्रचारात असावी तसेच मौर्य राजघराण्याची सत्ता दक्षिणेत कर्नाटकापर्यंत येऊन भिडलेली होती हे देखील सिद्ध होते.

बेलूरजवळ येथील उपलब्ध शिलालेख हा कन्नड लिपीतला प्रथम शिलालेख मानला जातो. 'शिलालेख' चा काळ इ.स ४५० समजण्यात येतो.

याशिवाय बादामी, श्रवणबेळगोळ इत्यादी ठिकाणचे शिलालेख व विजयनगरच्या राजवटीसंबंधीची ताम्रपत्रे ऐतिहासिक दृष्टीने मोलाची आहेत.

'मराठी' चा पहिला उपलब्ध शिलालेख देखील कर्नाटकातील श्रवणबेळगोळ येथील गोमटेश्वराजवळ आहे. हा शिलालेख इ.स ९८३ मधील असून त्यावर 'श्री चामुण्डराजे करवियले' असे एक वाक्य आहे!

चित्रदुर्ग येथील उत्खननात व अन्यत्रही बरीच जुनी नाणी सापडलेली आहेत. त्यावरूनही निरनिराळ्या राजवटीचा बोध होतो.

जुनी मंदिरे, भवने, लेणी इत्यादी प्राचीन वास्तूंचा कलाकृतींच्या साहित्याचा देखील इतिहासाचा मागोवा घेण्याच्या कामी फार उपयोग होतो.

गोमटेश्वर

कर्नाटक प्रदेशाबद्दल विद्वानांचे असे मत आहे की, ज्ञात इतिहासाच्याही पूर्वकाळी या भागात मनुष्यवस्ती होती ही माणसे वानरसदृश होती व ती नैसर्गिक गुहांमधून राहत होती. असे सांगतात चंद्रवल्ली प्रमाणेच मलप्रभा व तुंगभद्रा यांच्या खोऱ्यात अतिप्राचीन अश्मयुगीन दगडी उपकरणांचे नमुने सापडलेले आहेत. घटप्रभेच्या काठी व बेळगाव जिल्ह्यातील उत्तर अश्मयुगातील दगडी उपकरणांचे नमुने मिळालेले आहेत. कृष्णेच्या खोऱ्यात मौर्य व आंध्र यांच्या काळातील रंगीत नक्षीदार मृण्मय पात्रांचे अवशेष मिळालेले आहेत. कोन्नूर, बादामी, ऐहोळ येथील भव्य दगडी स्मारके ही मौर्य काळातील असावीत असा अंदाज आहे.

प्राचीन कन्नाडिग लोक दोन भिन्न वंशाचे होते. एक वंश द्रविडांचा व दुसरा द्रविडपूर्व लोकांचा, पुढे त्यांचा आर्यांशी संबंध आला त्यांच्यात प्रगती होऊ लागली. कालांतराने ते आर्यांच्या वर्णव्यवस्थेत सामाविष्ट होऊन क्षत्रिय बनले.

प्राचीन काळी कर्नाटक प्रदेशाचा अंतर्भाव चोळ देशात होत असे त्यामुळे चोळमंडलम असे नावच या प्रदेशाला पडले होते.

त्या आधी मौर्याच्या सत्तेखालीही काही भाग होता.

मौर्यकाल

पहिला भारतीय सम्राट चंद्रगुप्त मौर्य याने नंदवंशाचा निःपात करून आर्य चाणक्याच्या साहाय्याने मगधाचे साम्राज्य जिंकले व उत्तरेत दिग्विजय करून आपली साम्राज्याची सीमा दक्षिणेत कर्नाटकापर्यंत भिडवली. उत्तरवयात चंद्रगुप्ताने राज्यत्याग करून जैनपरंपरेनुसार इ.स.पू. ३०० मध्ये तो जैन साधू तो जैन साधू भद्रबाहू यांच्याबरोबर म्हैसूरजवळील कन्नार येथे आला. नंतर श्रवणबेळगोळच्या निकटच 'कळबप्पु' नावाच्या ठिकाणी राहून त्याने तपस्या केली अशी आख्यायिका आहे.

चंद्रगुप्ताचा नातू देवानाम प्रिय अशोक ह्याचे चिरस्मरणीय शिलालेख येथील ब्रह्मगिरी,चित्रदूर्ग, मास्ती इत्यादी ठिकाणी उपलब्ध आहेत. अशोकाच्या राजवटीच्या

वेळी हा प्रदेश विख्यात होता. त्यांच्या शिलालेखात रठिक पिटिनिमा व सुतयपुतो हे नामोल्लेख मिळतात.

'रठिक' हा शब्द बहुधा राष्ट्रकुटांचे पूर्वज रट्ट यांच्यासाठी वापरलेला आहे. त्यांची मातृभाषा कन्नड होती. पिटिनिका व सूतियपूतो हे सातवाहनाचे पूर्वज असावेत प्रसिद्ध बौद्धधर्मग्रंथ महावंश यातील बाराव्या अध्यायात अशोकाने धर्मप्रसाराने भिक्षूंना महाराष्ट्र महिषमंडळ व वनवासी येथे पाठवले होते. असा उल्लेख आहे. त्यात गोदावरी व कृष्णा या नद्यांमधील प्रदेशाला 'महाराष्ट्र' असे म्हटलेले आहे. यावरून तत्कालीन महाराष्ट्र आजच्या महाराष्ट्राहून वेगळा होता असे दिसते. तत्कालीन महाराष्ट्र हा कर्नाटकाचाच एक भाग होता.

इतकेच नव्हे तर प्राचीन काळी कर्नाटकालाच 'महाराष्ट्र' म्हणून ओळखले जाई असाही प्राचीन उल्लेख आढळतो आजच्या महाराष्ट्रातील बरीचशी गावे तत्त्कालीन कर्नाटकात होती. उदाहरणार्थ, मुंबणि (आजची मुंबई) ठाण, नागौन, सोपारा, (शूर्पाणक) इत्यादीही गावे कन्नड सामंत राजा उत्तर शिलहार यांच्या वेळी प्रसिद्ध बंदरे होती. नृपनुंगाच्या एका शिलालेखावरून पुणक, पुणे, पंढरपूर आदी गावे कर्नाटकात होती असे दिसते. याचा अर्थ असा की, प्राचीन काळी कर्नाटकाचा विस्तार बराच होता.

सातवाहन

मौर्यांनंतर सातवाहनांची राजवट कर्नाटकावर आली. मौर्यांनी कर्नाटकाला भारतातील राजकीय परिस्थितीने प्रभावित केले होते. सातवाहनांनी त्याला स्वतंत्र अस्तित्व मिळवून दिले. त्यांच्याकाळी कर्नाटकाचा विस्तार झाला. सातवाहनांच्या काळची नाणी; मुद्रा उपलब्ध आहेत. यांलाच 'शतकर्णी' अथवा 'शालिवाहन' असेही म्हणतात. हे कन्नड भाषी होते की आंध्र असा एक प्रश्न विद्वानांच्या पुढे आहे. काहींनी यात 'आंध्रभृत्य' असेही म्हटले आहे. सातवाहनांचे साम्राज्य नर्मदा गोदावरी कृष्णा तुंगभद्रापर्यंत पसरलेले होते. त्याच्याही खाली म्हणजे म्हैसूर विभागावरही त्यांची सत्ता होती. कर्नाटकातील 'कुंतल'नामक भाग सातवाहनाचा विशेष आवडता होता सातवाहन राजे स्वतःला 'कुंतलस्वामी' ही उपाधी लावून घेण्यात भूषण मानीत असत.या राजवंशात हाल, सातवाहन, गौमीत्रपूत्र, शतकर्णी, पलुयामी आदी राजे महान पराक्रमी विख्यात होऊन गेले सातवाहनांची राजधानी आजच्या महाराष्ट्रातील 'पैठण' तत्कालीन 'प्रतिष्ठान' नगरी येथे होती॰

सातवाहनांच्या पतनानंतर त्यांचे वंशज व सामंत यांनी कर्नाटकाच्या विविध भागांवर आपापली सत्ता स्थापण्याचा प्रयत्न केला अशा राजवंशामधे चुटु, बाण

आळुप, सेन्द्र, नळ आणि पुन्नाड हे विशेष प्रसिद्ध झाले.

चुटु

चुटु राजवंशाने वनवासी प्रदेशावर राज्य केले. चुटु म्हणजे छोटे किंवा कनिष्ठ हे मानव्य गोत्री ब्राह्मण होते. सातवाहनांचे मांडलिक व नातेवाईकही होते सातवाहन साम्राज्याच्या दक्षिण विभाग सांभाळण्याची जबाबदारी त्यांच्यावर होती. पुढे सातवाहनांच्या पतनकाळाचा यांनी फायदा उठवला व हे स्वतंत्र झाले. चुटूंनी सुमारे १५० वर्षे राज्य केले. वैजयंती नगरी येथे चुटूंची राजधानी होती. उत्तर कन्नड चितळदुर्ग या जिल्ह्यात त्यांची नाणी आणि कन्हेरी वनवासी, मलवल्ली येथे याचें शिलालेख सापडले आहेत. त्यात हरितिपूत्र विष्णूस्कंद(विष्णूकंद) चुटुकुलानंद सातकर्णी व त्याचा नातू शिवस्कंद वर्मा (शिवस्कंज नागश्री) ही प्रामुख्याने आढळतात.

पल्लव वंशातील राजाने चुटुंचे राज्य जिंकून घेतले. कदंब राजवंश या चुटुंवंशाच्या एका शाखेतूनच उद्यास आला. असे एक मत आहे.

कदंब

कर्नाटकातील प्रसिद्ध राजवंशामध्ये कंदंबाचे स्वतंत्र स्थान आहे. चुटु राजवंशाशी कंदंबांचा संबंध होता. हेही मानव्य गोत्राचे होते. दोघांचीही राजधानी वैजयंती पूर-वनवासी येथे होती. म्हणून त्यांना 'वैजयंतीपुराधीश्वर' असे म्हटले जाई .यांची राज्यभाषा प्राकृत होती.

कर्नाटकामध्ये कदंबांची राजवट तिसऱ्या शतकाच्या उत्तरार्धात स्थापित झाली होती. कदंबच्या मूळपुरूषासंबंधी भिन्न मते आहेत. एका शिलालेखात मुक्कण अथवा त्रिलोचन याला कदंबांचा मूळपुरुष आहे. तर दुसऱ्या एका शिलालेखात मयूर वर्मा यास कंदंबचा मूळपुरूष म्हणून उल्लेखिले आहे. काहीही असो कदंब कन्नड भाषिक होते. ते वनवासी होते. त्याच्या कारकिर्दीत नाणी सापडली असून त्यावर सिंहाचे चिन्ह अंकित केलेले आहे. ते 'वानरध्वज' होते.

इ.स. २८० मधील मयूर वर्मा याचेच नाव मूळपुरुष म्हणून उल्लेखण्यासारखे आहे. तो प्रतापी पुरूष होता. तो ब्राह्मण म्हणून उल्लेखण्यासारखे आहे. तो प्रतापी पुरूष होता. तो ब्राह्मण होता असे मानले जाते. पल्लवांना जिंकून त्यांनी कांची शहर हस्तगत केले होते. त्यानंतर त्यांनी कर्नूल जिल्ह्यातील श्री पर्वतावर आक्रमण केले व तेथील बाणांना पराभूत केले, चंद्रवळ्ळी येथील शिलालेखावरून असे कळते की, त्याने त्रैकूट देश पारियात्रा ,शंखस्थान, पुन्नाड व संयिद्रक येथील राज्यांच्या आणि पल्लव आभीर व मोखरी यांचाही पराभव केला होता. यांचे राज्य दक्षिणेला शिवमागपासून कांचीपर्यंत आणि उत्तरेला माळव्यापासून गयेपर्यंत पसरलेले होते. हा सम्राट म्हणून

साक्षी इतिहास / १९

ख्याती पावला होता व त्याने अश्वमेध यज्ञही केला होता.

मयूरवर्माचा पुत्र काकुत्स्थ वर्मा नावाचा होता. हा देखील मोठा पराक्रमी राजा झाला. याच्या कन्येची लग्ने गुप्तवंशातील व अन्य राज वंशातील राजकुमारांशी झाली होती. हा प्रजाहितदक्ष राजा होता. याने ताळगुंदच्या प्राणेश्वर देवालयातील कल्याण मंडपाची स्थापना केली होती.

यांच्या पश्चात ते राजे झाले त्यात मृगेश वर्माचे नाव प्रसिद्ध आहे. काकुस्थ वर्माच हा नातू हा न्यायप्रिय शासक होता.

कदंबांचे राजे सहाव्या शतकापर्यंत स्थिर होते. सातव्या शतकापासुन त्यांचा प्रभाव क्षीण होऊ लागला व गंग राजांचा प्रभाव वाढू लागला. लहान लहान राजांनीही उठाव केले. त्यामुळे ७ ते १० शतकांच्या कालावधीत कंदंबचा प्रभाव राहिला नाही, परंतु पुन्हा १० ते १४ शतकापर्यंत कदंबांनी आपला थोडा फार प्रभाव पाडला. त्यानंतर मात्र त्यांचा अस्तच झाला.

बाण

बाण अथवा महाबली राजवंशाचे लोक स्वतःला बलि चक्रवर्तींच्या वंशातील मानतात बाणाचे राज्य पहिल्या शतकापासून दहाव्या शतकापर्यंत होते. कोलार, कडप,(आंध्र) तिरुवल्लम (उत्तर आर्काट) वनपूर व महाबलिपुरम (तमिळनाडू) ही स्थाने बाणांच्या राज्यात होती. बाणांचा संबंध कदंब व चोळ राजघराण्याशी होता कालांतराने त्यांनी गंग राजांशी संबंध स्थापित केले. पंधराव्या शतकापर्यंत बाण वंशाचे नाव प्रसिद्ध होते.

आळुप

तुळुवनाडू (दक्षिण कन्नड जिल्हा), हैवनाडू, (उत्तर कन्नड जिल्हा) कोकण व पश्चिम पर्वतीय प्रदेश या भागांवर अळूप वंशी राजांनी पहिल्या शतकापासून पंधराव्या शतकापर्यंत राज्य केले. त्यांच्या राज्याला 'आळवेखेडा' असे म्हणले जाई. ग्रीक विद्वान टॉलेमी याने याला ओलेखोर असे म्हणले आहे. आळुवंशीय राजांमधे आळूप राजासंबंधी माहिती मिळते. ती अशी ह्या राजाने इ.स. ४५०मध्ये राज्य केले

त्याच्या आधीच्या राजांची माहिती उपलब्ध नाही. त्यानंतर ६७५ ते ७०० पर्यंत चित्रवाहन नामक राजाने राज्य केले त्यानंतर १११३ ते ११५५ या काळात प्रसिद्ध असा कवी भुजवल आळपेंद्र नावाचा राजा होऊन गेला.

विजयनगरच्या राज्यस्थापनेच्या वेळी वीरकुचालशेखर नावाचा आळुप राजा राज्य करीत होता. विजयनगर राज्याच्या संस्थापक व वीरकुचालशेखर यांनी मिळून कर्नाटकाच्या इतिहासात एक नवीन अध्यायाला प्रारंभ केला. वीरकुशलशेखराने विजयनगरच्या राजाचे मांडलिकत्व स्वीकारून देशाच्या एकतेला बळ पुरविले.

गंग

कर्नाटकाच्या इतिहासात गंग राजांना एक महत्त्वपूर्ण स्थान आहे. त्यांचे राज्य म्हैसूरच्या मध्यात आणि दक्षिणेत होते. हे शूर, शालीन होते.त्यांनी राज्य विस्तारही केला. भारतीय राजकारणात कर्नाटकाला स्थान प्राप्त करून देण्यात कंदंबांप्रमाणेच गंगानाही श्रेय दिले जाते. त्यांच्यामुळेच येथील राजकीय परिस्थितीला स्थिरता आली.

गंगांचा वंश प्राचीन असून पद्मनाथ नावाचा त्यांचा मूळ पुरुष होता. माधव व दडिग हे त्याचे पुत्र हे कडपा जिल्हयातील गंग पेरुरु गावचे राहणारे. जैन साधू सिंहनंदी यांच्या काळी राजकीय क्षेत्रात त्यांचा प्रभाव पडू लागला. माधवाचे दुसरेही नाव होते कोंगुणीवर्मा याने सिंहनंदीच्या साहाय्याने इ.स २५० मध्ये 'गंगवाडि' राज्याची स्थापना केली चौथ्या शतकापर्यंत गंगांची राजधानी कुवलयपूर म्हणजे कोलार येथे होती. नंतर कोंगुणीवर्माचा नातू हरिवर्मा यांच्या कारकिर्दीत कावेरीच्या काठी असलेल्या 'तलकाडू' नगरीत राजधानी नेली. गंग राजे जैनधर्मावलंबी होते. परंतु हरिवर्माचा पुत्र विष्णुगोप याने वैष्णव धर्म स्वीकारला होता. राजाचा नातू अवनीत हा गंगराजांमध्ये अत्यंत प्रख्यात झाला. तो विद्वान उदार व न्यायप्रिय राजा होता. पुन्नाडचा राजा स्कंधवर्मा यांच्या कन्येशी याचा विवाह झाला होता.

याचा पुत्र दुर्विनीत याला कन्नड साहित्यामध्ये मानाचे स्थान आहे. याने संस्कृत कवी भारवी याच्या किरातार्जुनीय काव्याचा पंधराव्या सर्गावर कन्नडमधे टीका लिहिली आहे. हा शूर होता. पल्लवांच्या राज्यापर्यंत याने आपला राज्यविस्तार वाढवला

याच्या पश्चात भूविक्रम राजाचे नाव उल्लेखनीय आहे. याने विळिंद येथे पल्लवांचा पराभव केला होता. ७२६ ते ८०१ या कालावधीत गंग राजा श्रीपुरुष झाला.या वेळी गंग राज्य अत्यंत उत्कर्षावर पोहोचले होते. यानेही युद्धात पल्लवांना पराभूत केले होते. त्यामुळेच गंग राज्य हे 'श्री -राज्य' म्हणून प्रख्यात झाले.

यानंतरचे गंग राजे प्रभावहीन निघाले. राष्ट्रकूट व चोळ राजांचा प्रभाव वाढू

साक्षी इतिहास / २१

लागला. परिणामी ११व्या शतकापर्यंत तिचे अस्तित्व कसेबसे टिकून होते. त्यानंतर हे राज्य विजयनगरच्या साम्राज्यात विलीन झाले.

नोळम्ब

नोळम्ब आणि पल्लव यांचा संबंध होता.नोळम्ब हे नोळम्बवाडी चे शासक होते. हा प्रदेश तुमकूर व चित्रदुर्ग जिल्ह्यात येतो. नोळम्बाधि ऊर्फ मंगळ हा या घराण्यातील पहिला राजा .गंग राजा हां शिवमार हा जेव्हा सैगोट्ट राष्ट्रकुटाकडून पराभूत झाला. तेव्हा नोळम्ब हे राष्ट्रकुटांचे सामंत बनले. दहाव्या शतकात 'नन्नी' नामक राजाच्या कारकिर्दीत नोळम्बांनी स्वतंत्र राज्यस्थापना केली. अकराव्या शतकापर्यंत नोळम्बचा प्रभाव वर्धिष्णू होता. त्यांनी चोळ राजा राजनरेंद्र याचे सहाय्य मिळवून त्याचा प्रतिनिधी या नात्याने यांनी कर्नाटकाच्या विविध भागांवर राज्य केले.

बदामीचे पश्चिम चालुक्य

कर्नाटकातील प्रसिद्ध राजवंशांपैकी हा एक आहे. पाचव्या शतकापासून ते आठव्या शतकापर्यंत चालुक्य उन्नतावस्थेत होते. नंतर पुन्हा दहाव्या शतकापासून बाराव्या शतकापर्यंत यांचे प्रामुख्य राहिले.

चालुक्यांचे प्राचीन नाव 'चळुक्य' होते. सातव्या शतकात 'चालुक्य' हेच नाव प्रचलित झाले. हे उत्तरेकडून दक्षिणेत आले. असे सांगतात. परंतु काही विद्वानांच्या मते ते मूळचे कर्नाटकीच आहेत. चालुक्याचा पहिला राजा जयसिंह झाला. याने युद्धात राष्ट्रकुटांचा पराभव केला होता. पण पल्लवांशी लढत असताना हा मारला

बदामी शिल्पकला

२२ / आपला भारत - करुनाडु कर्नाटक

गेला.याचा पुत्र पुलकेशी प्रथम इ.स ५५० मध्ये गादीवर आला. याने पल्लवांचा पराभव करून वातापी हस्तगत केली व तिथेच आपली राजधानी ठेवली या शूराने खूप राज्यविस्तार केला. याला कीर्तिवर्मा प्रथम व मंगळेश असे दोन पुत्र होते. कीर्तिवर्माने ५६६ ते ५९८ पर्यंत राज्य केले त्यानंतर मंगळेश गादीवर आला त्यांना कलचुरीला जिंकले होते. रेवतीद्वीप ताब्यात घेतले होते.

यांच्या मृत्यूनंतर कीर्तिवर्मा प्रथम व मंगळेश यांच्या पुत्रांमध्ये राज्यासाठी तंटा सुरु झाला. त्यात कीर्तिवर्माचा पुत्र पुलकेशी द्वितीय याचा जय झाला. याने ६०९ ते ६४९ पर्यंत राज्य केले. याच्या कारकिर्दीत पश्चिम चालुक्यांची कीर्ती चोहोकडे पसरली. कदंबांचा पराभव करुन त्यांनी राजधानी बादामी हस्तगत केली. तुळुव, आळुव, गंग व मौर्य यांनाही त्यांनी जिंकले होते याशिवाय लाट, मालव, आणि गुजरातधील राजांना यांनी आपले मांडलिक बनवले यांनी कनौजच्या सम्राट हर्षवर्धनाचाही युद्धात पराभव केला होता. या विजयामुळेच याने 'सत्याश्रय' ही उपाधी धारण केली होती,याने कोसल कोलिंग व पिष्टपूरपर्यंत मजल मारली होती. पल्लव राजा महेंद्रवर्मा याचा याने पराभव केला होता. व चोळ चेर आणि पांड्य यांच्या बरोबर मैत्री जोडली होती. पुलकेशी -द्वितीय याने दोन वेळा पल्लवांचा पराभव केला होता. पण नरसिहवर्मा नावाच्या पल्लव राजाकडूनच हा शेवटी मारला गेला होता. पण त्यांच्यानंतर चालुक्य राजवट उताराला लागली.

ह्युएनत्संग याने पुलकेशी द्वितीय याच्या राज्याचे वर्णन केले आहे. विक्रमादित्य द्वितीय याच्या काळी पुनश्च पश्चिम चालुक्याचे वैभव वाढले. ७५४ मध्ये राजकूट राज्य दुर्गासिंह याने किर्तिवर्मा द्वितीय याचा पराभव करून चालुक्याचे राज्य संपविले,

पूर्व चालुक्यांचे राज्य वेंगी येथे होते. पुलकेशी प्रथम यानेच आपला भाऊ विष्णुवर्धन याला वेंगी येथे राज्याभिषेक करून चालुक्यांचे राज्य स्थापन केले होते. हे राज्य ११ व्या शतकापर्यंत चालले. कन्नडचे प्रख्यात कवी पंप यांनी वेंगी दरबारी राहूनच 'विक्रमार्जुनविजय' या काव्याची रचना केली.

राष्ट्रकूट

भारतीय इतिहासात राष्ट्रकूट साम्राज्याचा महत्त्वपूर्ण उल्लेख आढळतो. कर्नाटकाच्या इतिहासातही त्यांना स्वतंत्र असे स्थान आहे. लट्टु नुरू (लातूर) हे असावे अशोकाच्या शिलालेखात रथिका म्हणजेच हे राष्ट्रकूट होत. असे काही विद्वानांचे अनुमान आहे.

राष्ट्रकुटाच्या शिलालेखात एक मोठ्या नांगराचे चिन्ह दिसते. पूर्व चालुक्यांनी राष्ट्रकुटांचा उल्लेख कृषक जातीमध्ये केलेला आहे. म्हणून हे प्रारंभी कृषक असण्याचीही

शक्यता आहे. नांगराच्या चिन्हाशिवाय गरुडाचे चिन्हही त्यांचेच मानले जाते राष्ट्रकुटाच्या राज्याला रट्टवाडा असे म्हणले जाते. त्यांनी राजधानी प्रारंभी नासिक जिल्ह्यातील मोरखण्डी -मयूरखंडी येथे होती. नंतर मान्यखेर-मान्यखेड येथे नेण्यात आली.

ऐतिहासिकदृष्ट्या दंतिवर्मा अथवा दंतिदुर्ग प्रथम हा राष्ट्रकूटांचा पहिला राजा होय. दंतिदूर्ग द्वितीय यांच्या काळी म्हणजे इ.स ७५४ च्या सुमारास राज्याचा विस्तार होऊ लागला. हा मोठा पराक्रमी राजा होता. उत्तरेत माही नर्मदेपर्यंत पूर्वेला महानदी व दक्षिणेला कांचीपर्यंत याने राज्य वाढवले परंतु आयुष्याच्या संध्याकाळी प्रजेचा विश्वास आणि गौरव यापासून याला वंचित होऊन राज्य सोडावे लागले.

याच्या पश्चात चुलता कृष्णा प्रथम गादीवर बसला. कृष्ण राजाच्या कारकीर्दित वेरूळच्या कैलास लेण्यांची निर्मिती झाली.

यांच्यानंतर झालेल्या राजामध्ये गोविंद -तृतीया यांच्या नावाचा उल्लेख होतो. याने गुजरातवर आक्रमण केले होते. व विंध्य पर्वताच्या आसपासच्या कित्येक राजांना आपल्या राज्यात सामाविष्ट करून टाकले होते. गंग राजांशी राष्ट्रकुटांनी अनेक लढे दिले . पंरतू अमोघवर्ष अथवा नृपतुंग याने आपल्या कन्येचा गंग राजकुमार भुपंग याच्याशी विवाह करून मैत्री जोडली. नृपतुंग इ. स ८१५ ते ८७७ या काळात झाला.

कृष्ण तृतीया हा ९३६ ते ९६८ या काळात झाला. या कालावधीत राष्ट्रकूट-साम्राज्याची अधिक वाढ झाली. दक्षिणेत तंजावूर व उत्तरेत बुंदेलखंड इथपर्यंत हे साम्राज्य पसरले होते. पण हे वैभव फार काळ टिकले नाही. ९७३ मधे राष्ट्रकूट राजा कक्क आणि कक्कळ हा चालुक्यांचा हातून मारला गेला. तेव्हापासून राष्ट्रकुटाच्या ओहोटीला सुरुवात झाली. इंद्र हा शेवटचा राष्ट्रकुट राजा होता. याने ९८२ मध्ये जैनधर्मानुसार सल्लेखन व्रताचे आचरण करून श्रवणबेळगोळ येथे अखेरचे दिवसे कंठले.

दहाव्या शतकात चालुक्य राजा विक्रमादित्य अथवा विक्रमांक याने पुन्हा जोर केला. 'विक्रम संवत' यानेच सुरू केला. पण कलचुरी, होयसळ, यादव यांच्या वाढत्या प्रभावामुळे चालुक्य टिकले नाहीत.

यादव

यादव खानदेशातून आले होते. त्यांना 'सेऊण' असेही म्हणत. त्यांनी कलचुरी व होयसळ यांच्यावर स्वाऱ्या केल्या. नवीन माहितीनुसार हे मूळचे कोलार जिल्ह्यातलेच पण आठव्या शतकात उत्तरेकडे गेले व बाराव्या शतकात परत आले. यादवांमध्ये 'भिल्लम' राजाचे नाव उल्लेखनीय आहे. याने देवगिरी ही राजधानी

केली. त्याच्यापूर्वीचे सेऊणांची राजधानी सिंदिनेर म्हणजे नासिक जिल्ह्यातले आजचे सिन्नर येथे होती ११९० मध्ये होयसळांनी भिल्लमचा पराभव केला. १३१८ मध्ये मुसलमानी आक्रमणापुढे रामचंद्र यादवांचा टिकाव लागला नाही.

कलचुरी

यांना 'कळभ्ररी' किंवा कळचुर्य असेही म्हणतात. हे हैह्यवंशी होते. कलचुरी राजवंशाने भारतात बऱ्याच ठिकाणी राजसत्ता भोगली होती. कर्नाटकाच्या संदर्भात बिज्जळ नावाचा राजा उल्लेखनीय होऊन गेला वीरशैव पंथोचे प्रवर्तक श्रीबसवेश्वर हे बीज्जळ राज्याचे मुख्यमंत्री होते. दोघांत स्नेहही होता. त्यांच्या स्नेहांसंबंधी अनेक कथा प्रचलित आहेत. बिज्जळच्या पश्चात त्याचा पुत्र राममुरारी सोयीदेव याने ११६७ ते ११७६ पर्यंत राज्य केले. त्यानंतर त्याचा भाऊ संकम याने ११८३ पर्यंत राज्य केले या वेळेनुसार कलचुरीच्या पतनास सुरवात झाली.

होयसळ

होयसळ हे कर्नाटकमधलेच होते. सोसेंवरू म्हणजे आजचे अंगडि हे त्याचे गाव त्यांना मलपेरोळ गंड ही पदवी होती. यावरून ते तेथील मलेवाडू पवर्तीय प्रदेशाचे राजे होते. हे प्रकट होते.

पोयसळ नावाचा होयसळांचा मूळ पुरुष होता. त्यांच्या पश्चात ११०२ मध्ये विनयादित्य प्रथम या राजाचे नाव येते. विनयादित्य प्रथम या काळी होयसळांचे बळ वाढले. व स्वतंत्र्य झाले. त्या आधी ते चालुक्यांचे मांडलिक होते. नंतर बल्लाळ बिट्टिदेव हे राजे झाले. बिहिदेव अथवा विष्णूवर्धन हा शूर होता. प्रारंभी जैनधर्मानुयायी होता. पण नंतर रामानुजाचार्यांच्या शिकवणुकीने प्रभावित होऊन वैष्णव बनलो. आणि तेव्हापासून विष्णुवर्धन हे नाव प्राप्त झाले. याच्या राज्याची सीमा दक्षिणेला मलबार व उत्तरेला हैदराबादपर्यंत होती.

यांच्या पश्चात नरसिंह प्रथम या शांतिप्रिय राजाने ११४१ ते ११७३ पर्यंत राज्य केले. त्याचा पुत्र बल्लाळ तीय याने राज्यविस्तार केला. याने उच्चंगि दुर्ग जिंकल्यानंतर कलचुरी राजा संकमदेव व सेऊण राजा भिल्लम यांचा युद्धात पराभव केला.

होयसळांचा उत्कर्ष १२५४ पर्यंत झाला. परंतु त्यानंतर राज्याचे दोन भाग झाले.परंपरागत राज्याचा अधिपती नरसिंह तृतीय बनला. आणि कोलार व तमिळनाडूमधील काही प्रदेश रामनाथ राजाच्या सत्तेखाली आला. हे दोघे होयसळ राजे सम्राट सोमेश्वर यांचे पुत्र होते. १३०१ मध्ये वीर बल्लाळ तृतीय हा राजा गादीवर आला. याच्या काळीच मुसलमानी आक्रमणे सुरू झाली. व १३४२साली हा राजा मुस्लिम

साक्षी इतिहास / २५

आक्रमकांशी लढताना तिरुचिरपाळिळ येथे मारला गेला त्याच्या पश्चात १३४२ ते ४६ पर्यंत विरूपाक्ष राजाने राज्य केले ,त्यानंतर मात्र या राजवटीचा अस्त झाला. कर्नाटकाच्या इतिहासात होयसळांना महत्त्वाचे स्थान आहे. १२ व्या शतकापासून १४ व्या शतकापर्यंत होयसळांनी राज्य केले. कर्नाटकांची कीर्ती सर्वत्र पसरविली पन्नास वर्षे मुसलमानांशी झगडून त्यांना परत पिटाळले.

या प्रमुख राज्यवंशा व्यतिरिक्त कर्नाटकामध्ये शिलाहार सौदत्ति, रट्ट, हानगल्ल व गोव्याचे कदंब, सिंद, गुत्त, सेनवार, शांतर, साळुव, चताळण आणि कोगाळया राजवंशांनी राज्य केले.

चौदाव्या शतकापर्यंत कर्नाटकची राजकीय परिस्थिती अशी होती. त्यानंतर विजयनगरचे साम्राज्य हा गौरवशाली कालखंड येतो.

विजयनगरचे साम्रज्य

विजयनगरचे साम्राज्य ही भारतीय इतिहासातील एक गौरवशाली व अभिमानास्पद अशी घटना आहे. या साम्राज्याची स्थापना १३३६अशी आख्यायिका आहे, पण इतिहाससंज्ञांचे मते १३४६ मध्ये याची स्थापना झाली होती. मध्ये झाली होती. या साम्राज्याचे संस्थापक हरिहर, बुक्क, कंकण, मारण व मुद्दप असे पाच भाऊ होते. त्यांच्या पित्यांचे नाव होते संगम म्हणून त्यांना संगम वंशज असे म्हटले जाते या बंधुनी विद्यारण्य स्वामींच्या साहाय्याने विजयनगरच्या साम्राज्याची स्थापना केली. भाकतातील हिंदु साम्राज्यामध्ये विजयनगरचे साम्राज्य विख्यात झाले. १३४६ ते १७४६ हा याचा कालखंड या अवधीत आपले अपार वैभव प्रकट करून ते चिरस्मरणीय झाले.

हंपी येथे विरुपाक्ष देवाचे हे संगम वंशज उपासक होते. त्यांच्या ध्वजावरील चिन्ह वराह होते. चालुक्यांचेही हेच चिन्ह होते. यावरून असे दिसते की संगम वंशज हे चालुक्यांचेच उत्तराधिकारी असावेत. विजयनगरच्या सम्रज्याशी कर्नाटक व आंध्र या दोन्ही प्रदेशांचा संबंध होता. प्रारंभी कन्नड भाषीयांचे अधिपती होते. नंतर तेलगू भाषी शासक झाले तथापि सर्वांनाच 'कर्नाटक साम्रज्याधिपती' अशा बिरुदाने गौरविले जाई.

या बंधूंनी मोठ्या शौर्याने मुसलमानी आक्रमणाला थोपवून धरले, बुक्कराय शूरवीर योद्धा होता. शत्रू त्याला घाबरून असे. विजयनगर साम्रज्याच्या स्थापनेनंतर वर्षभरातच १३४७ मध्ये बहामनी राज्याची स्थापना झाली होती. या दोन्ही राज्यात संघर्ष चाले. अखेरीस १५६५ मध्ये मुस्लिमांनी हिंदूवर विजय मिळवला. हरिहर-द्वितीय, देवराय साळुव नरसिंह हे उल्लेखनीय राजे विजयनगरच्या गादीवर पुढे

आले. १४७८ साली साळूव वंशाची स्थापना झाली. यांच्या काळी विजयनगरच्या इतिहासात नवीन अध्याय सुरू झाला. बहामनी सुलतानांनी आक्रमण केले असता साळुव नरसिंह राजाने त्यांच्याशी तह केला. पुढे त्याचा प्रभाव राहिलाच नाही.

परंतु याच सुमारास सेनापती नरस याने विजयनगरची राजगादी आपल्या ताब्यात घेतली. त्याच्या राजवंशाला 'तुळुव' म्हणले. जाते. त्याने अद्‌भूत असे शौर्य प्रकट करून श्रीरंगपट्टण येथे दुसरी राजधानी स्थापली.याच्या पश्चात वीरनरसिंह व श्रीकृष्ण देवराय हे राजे झाले. श्रीकृष्ण देवरायांच्या कीर्तीचा यशोध्वज सर्व भारतात फडकला. १५२० मध्ये त्यांनी मुस्लिमांचा पूर्ण पाडाव केला. तसेच अनेक छोटे मोठे राजे झाले. सामंत यांना आपल्या आमलाखाली आणले. याचे साम्राज्य श्रीलंकेपासून उडीसापर्यंत पसरले होते.

राजा कृष्णदेवराय

यापूर्वी दक्षिणेत एवढे विशाल साम्राज्य कोणाचेच झाले नव्हते. श्रीकृष्ण देवराय हा एक उदार, विद्याप्रेमी कलारसिक,गुणवंत राजा होऊन गेला. याच्या दरबारात शास्त्री-पंडित-कवी - कलावंत आदी गुणावंताचा असा गुणवंतांचा सत्कार होत असे. तेलगु व कन्नड भाषाभाषी अनेक विद्वान त्याच्या सभेत होते. त्यांच्या कारकिर्दीत तेलगु व कन्नड भाषाभाषी अनेक आदी अनेक विद्वान त्यांच्या सभेत होते. याच्या कारकीर्दित तेलगु आणि कन्नड साहित्याची बरीच उन्नती झाली.

महाप्रभू वल्लभाचार्य याच्या दरबारी गेले होते.व तेथे त्यांनी आपल्या शुद्धाद्वैत मताचे विवेचन केले होते. तेलगुचे प्रसिद्ध कवी अल्लसानी पेट्टना याच्या दरबारी होते. श्रीकृष्णदेवरायाच्या पश्चात १५३० मध्ये अच्युतराय नंतर आळिय रामानुज, सदाशिव हे राज्याधिकारी झाले. पण १५६५ मध्ये मुसलमानी आक्रमणात विजयनगरचा विध्वंस झाला व मुस्लिम राजवट सुरू झाली.

परंतु हिंदूनी आपली राजधानी बदलली प्रथम पेनगोण्ड, नंतर चंद्रगिरी व अखेरीस वेल्लूर येथे राजधानी केली. सुमारे ८० वर्षे मुस्लिमांनी टक्कर देत हे साम्राज्य उभे केले. या काळात वेकंट, पतीदेव, श्रीरंगराय इत्यादी राजे झाले.

त्यानंतर १६४६ मध्ये या साम्राज्याचा अस्त झाला.

त्यानंतर लहान लहान मांडलिक राजे, सामंत, सरदार,आदींनी आपापल्या सामर्थ्यावर स्वतंत्र होण्याचा प्रयत्न केला. म्हैसूर व कळेदि यालाच इक्केरी किंवा बिनसूर राज्यही म्हणतात. यांनी स्वतंत्र राज्ये स्थापन केली. उम्मतूर आवालिनाडू एलहंका, चित्रदुर्गा, निडगल्लु चन्नपट्टण कोडगु व कार्कळ येथे लहान लहान राजे होते. व मदुरा, जिंजी, तंजावर येथे त्यांचे प्रतिनिधी राज्य करीत होते. हे सर्व राज्यलोभाने एकमेकात लढू लागले. कालांतराने यापैकी काही मराठ्यांच्या अधीन झाले. काहींना पुढे इंग्रजांनी पराभूत केले.

केळदि

या राज्यांतर्गत शिवमोग्ग जिल्हा, दक्षिण व उत्तर कन्नड जिल्हे यातील अधिकांश भाग गुप्ति व आरग हा भाग होता. याची राजधानी प्रारंभी इक्केरी व नंतर बिदनूर येथे होती. शासक वीरशैव लिंगायत होते. चौडप्प हा या राज्याचा संस्थापक मानला जातो हा श्रीकृष्णदेवरायांच्या सेनापतीपैकी एक होता. याच्यानंतर सदाशिव नामक शिवप्प नामक इत्यादि राजे झाले.१७६३ मध्ये हैदर अलीने बिदरनूरचे राज्य म्हैसूर राज्यात समाविष्ठ करून टाकले.

म्हैसूर

सतराव्या शतकात म्हैसूर राज्य शक्तिशाली होते. विजयनगर राज्याच्यावेळी श्रीरंगपट्टण येथे तिरुमलराय नावाचा राज्य प्रतिनिधी होता. त्याच्या अधीन म्हैसूर चा ओडेयर होता. यानेच तलकाडू कन्नबाडि इत्यादि प्रदेश जिंकून तिरूणलराय याला श्रीरंगपट्टणहून हुसकून लावले. १६१० साली श्रीरंगपट्टण हाती घेऊन विजयनगरचा उत्तराधिकारी बनला.तेव्हापासूनच म्हैसूर राज्य हे कर्नाटक संस्कृतीचे एक केंद्रही बनले. विजयनगरच्या अस्तानंतर म्हैसूरचा प्रभाव आणखीनच वाढला.

म्हैसूरच्या गादीवर कंठरवि नरसराज ओडेयर दोड्डदेवराज ओडेयर व चिक्कदेवराज ओडेयर हे विशेष उल्लेखनीय राजे झाले. यांनी म्हैसूर राज्य वाढवून बलशाली केले.

चिक्कदेवराज याला ‘अप्रतिमवीर’ असे म्हणतात.

याच्या पश्चात पुढील राजे तेवढे प्रभावी झाले नाहीत. तेव्हा चतुर सैनिक हैदर अली याने १७६१ साली म्हैसूरचा राज्यकारभार आपल्या हाती घेतला. हा मुत्सद्दी व न्यायप्रिय शासक होता.

हैदरचा मुलगा टिपू सुलतान याने १७८२ ते १७९९ पर्यंत राज्य केले. टिपू साहसी वीर योद्धा होता. आपले राज्य हे दक्षिणेतील एक सामर्थ्यसंपन्न राज्य

व्हावे अशी त्यांची आकांक्षा होती. व यासाठी त्याने नेपोलियनशी मैत्री जोडली होती. पण त्याला त्यात यश लाभले नाही. इंग्रजांशी त्याचे चार वेळा युद्ध झाले. चौथ्या वेळी त्यांची राजधानी श्रीरंगपट्टण इंग्रजांच्या हाती पडली. टिपूही कामास आला. पण त्याने दाखवलेला पराक्रम अपूर्व होता. त्याला म्हैसूरचा वाघ या गौरवनामाने आजही उल्लेखिले जाते.

टिपूच्या पश्चात इंग्रजांनी चामराज आठवा याचा पुत्र कृष्णराज ओडेकर तिसरा याला म्हैसूरच्या गादीवर बसवले १८३१ ते १८८१ पर्यंत म्हैसूरवर इंग्रज प्रतिनिधींचे राज्य होते. १८८१ मध्ये चाम राजेंद्र ओडेयर याला राज्यावर बसवले. त्याच्यानंतर त्याच्या मातेने १८९४ ते १९०२पर्यंत मध्ये श्रीकृष्णराज ओडेशर चतुर्थ हा राजा झाला. याने पुष्कळच प्रजेच्या हिताची कामे केली. याच्या काळीच म्हैसूरला भारताच्या इंद्रपूरीचे स्वरूप प्राप्त झाले. हा विद्वान उदार न्यायप्रिय असा राजा होता.

यांच्या पश्चात जयचामराज ओडेयर हा राजा म्हैसूरच्या सिंहासनावर बसला.

१९४७ साली भारत स्वतंत्र झाल्यावर म्हैसूर संस्थानही भारतीय संघराज्यात विलीन झाले.

भारतीय स्वातंत्र लढ्यात कर्नाटकने पूर्णत्वाने भाग घेतला होता. १९२४ सालचे काँग्रेसचे अधिवेशन बेळगाव येथे महात्मा गांधीजींच्या अध्यक्षतेखाली भरले होते. 'कर्नाटकसिंह' गंगाधरराव देशपांडे, दिवाकर निजलिंगप्पा, ना.स हर्डीकर इत्यादी कन्नड नेत्यांनी जनजागृती केली. देशासाठी कारावासही भोगला अखेरीस स्वतंत्र भारतातील विशाल कर्नाटकाचे कन्नडिगांचे मंगल स्वप्न साकार झाले!

★★

३. लोक आणि लोकाचार

कर्नाटक हा महाराष्ट्राचा जुना शेजारी असल्यामुळे कानडी माणसाबद्दल त्याच्या देशाबद्दल व त्याच्या भाषेबद्दल मराठी माणसाला पुष्कळशी माहिती आहे. महाराष्ट्रात आजही कन्नड भाषिक गावे व लोक आहेत व कर्नाटकात मराठी भाषिक गावे व परिवार आहेत. दोन्ही प्रदेशात केवळ भौगोलिक निकटताच आहे असे नाही. तर भावनिक आत्मीयताही आहे. पुणे जिल्ह्यातील पुरंदरदासाला कर्नाटकाने आपला तुकाराम मानले. एवढे श्रेष्ठत्व दिले. आधुनिक काळात कविवर्य बेंद्रे यांना कन्नडने आपला महाकवी म्हणून गौरविले आचार विचार संस्कृती यांचा गाभा एकच आहे.याचे दर्शन दोघांनीही घेतले.कानडी मराठी लोकात किती तरी सोयरसंबंध पूर्वी झालेले आहे. आजही होत आहेत. दोन्ही प्रदेशाच्या सीमेवरील लोक दोन्ही भाषा सफाईने बोलत असतात. कानडी माणूस मराठी बोलताना ऐकले म्हणजे त्याच्या सफाईने बोलत असतात. विशिष्ट हेलामुळे तो कन्नड आहे हे चटकन लक्षात येते. सीमेलगतच्या मराठी माणसाची पंचद्रविड, पंचगौंड, इत्यादी ब्राह्मणांमधील विभाग हे प्रदेशभेदामुळे च झालेले आहेत. रहाणी वेषभूषा खाणेपिणे, हे मराठी माणसासारखेचेच आहे.

कन्नड -जाती ही फार प्राचीन आहे. इतकी की हिचा संबंध पूर्व द्रविडा शी जोडला जातो. कर्नाटकात आर्यांना येऊनही शेकडो वर्षे लोटली. आर्य साहसी व व्यवहारकुशल होते. त्यांच्या आचार-विचारांचा परिणाम कन्नड समाजावरही झाला. कर्नाटकात आजही प्रचलित असलेली चातुर्वर्ण्य पद्धती ही याचीच साक्ष आहे. कालांतराने ह्या चार वर्णांचे स्वरूप नाना जाती व उपजाती यांच्या रूपाने दिसू लागले. प्रदेश संप्रदाय, आचार, इत्यादी भेदांमुळे एकाच वर्णात अनेक जातींचा उदय झालेला आहे.

या समाजात श्रृती ,स्मृति, आगम, पुराण, इत्यादींच्या नुसार अनेक आचार विचार प्रसिद्ध आहेत याशिवाय देशस्थ कोकणस्थ कऱ्हाडे तुळु सारस्वत हविक

इत्यादी जातिभेदही असेच निर्माण झालेले आहेत. त्यात होयसळ, कर्नाटकी बडगनाडू इत्यादी उपशाखाही उत्पन्न झाल्या. कर्नाटकातही कुंबार-कुंभार कवडिग -गवळी ,चम्मार-चांभार, नेकार-कोष्टी, गणित-तेली चिप्पिगा -शिंपी बडगि -सुतार, अक्कसाले -सोनार कम्मार -लोहार, वर्तक- वाणी इत्यादी जाती पेशावरून निर्माण झालेल्या आहेत. धर्म पंथ यावरूनही जातींचे वर्गीकरण केले जाते. जैन, बौद्ध, वीरशैव माध्य, इत्यादी.

या जातीजमातींमध्ये उच्च नीचतेचीही भावना आहे. जुन्या काळापासून उच्चता आणि निचता ही बलगै व एडगै या शब्दांनी सूचित करण्यात येते. प्रकारचे आचार विचार प्रचलित झालेले आहेत.

कर्नाटकातील कुटुंबपद्धती ही प्राय : पितृप्रधान आहे जेष्ट पूत्र कुटुंब प्रमुख बनतो. परंतु करूब, बेड, वड्डु,गंब, होलेय, मादिग इत्यादी आदि जाती-जमातीमध्ये मुलीला हा मान मिळतो. पुत्राऐवजी जमातापासून कुलपरंपरा गणली जाते.

बदलत्या परिस्थितीनुसार या जुन्या समाजाच्या चित्रातही नवीन रंग भरले गेलेले आहेत जात आहेत. समाज बदलत आहे. प्राचीन काळात जाति, धर्म, संप्रदाय इत्यादींची बंधने संकुचित व कठोर नव्हती. उपजाती नव्हत्या. त्रैवार्णिकात रोटी व्यवहार चाले. बालविवाहाची प्रथा फार प्रचलित नव्हती. वैदिक, जैन व बौद्ध या धर्मांचा बोलबाला होता. परस्पर धर्मांबद्दल सहिष्णुता होती. सातवाहन कदंब व बदामीचे चालुक्य या राजांनी कर्नाटकात वैदिक धर्माला प्रोत्साहन दिले.यज्ञयाग पुष्कळ झाले.

मधल्या काळात बरेच बदल झाले. म्हणून याला क्रांतिकालच म्हणतात. या सुमारास वीरशैव व वैष्णव संप्रदायाचा विशेष बोलबाला झाला. गंग, राष्ट्रकूट इत्यादी राजे प्रारंभी जैन होते. नंतर त्यांनी वीरशैव व वैष्णव धर्म स्वीकारला. त्यांच्या प्रसाराला साहाय्य दिले. परंतु मध्येच मुस्लीम धर्माची वावटळ आली. समाजावर हिचा आघात झाला. त्यानंतर धर्म-संप्रदाय आचार-विचार यांची आंदोलने उभी राहिली. परिणामी परस्पर भेदभावांच्या भिंती उभ्या राहिल्या नव-नव्या जाती व उपजाती निर्माण झाल्या रोटी बेटी व्यवहारावर निर्बंध आले. अर्वाचीन काळात या परिस्थितीतही बदल होत आहे.

गावच्या कारभारासाठी ग्रामपंचायतीची प्रथा कर्नाटकात प्राचीन काळापासून आहे. ग्रामसभेत गावातील सर्व तऱ्हेचे लोक असत त्यांना 'महाजन ' असे म्हणत असत.

मंदिराला समाजात विशेष महत्व असे. आजही मंदिर पवित्र मानले जाते.ते

लोक आणि लोकाचार / ३१

केवळ धार्मिक कार्यांचेच केंद्र नसून संगीत, नृत्य, शिल्प आदी कलांचेही आश्रयस्थान आहे. प्राचीनकाळी मंदिरात सार्वजनिक संमेलने होत असत; तिथे न्यायालय व विद्यालयही चाले.

कर्नाटकात जैन, बौद्ध, शंकर, वीरशैव आदी सर्व धर्मांचे व संप्रदायाचे मठ आहेत. धार्मिक तसे सामाजिक दृष्टीनेही यांना महत्त्व आहे.

बसवेश्वरांनी बाराव्या शतकात 'वीरशैव' नावाचा धर्मसंप्रदाय कन्नड भूमीत प्रतिपादन केला. तत्पूर्वी कर्नाटकात शैवमत प्रचलित होतेच. पण बसवेश्वरांनी त्यांचे परिष्करण करून ते नव्या स्वरूपात मांडले. त्यांनी वीरतेचा पुरस्कार केला. वर्णाश्रमावर टीका केली. जातीपातींचा निषेध केला. मूर्तीपुजेलाही तुच्छ ठरविले. त्यांना नवसमाजाचा नेता व दुष्ट रूढींचा शत्रू मानले जाते. यांनी स्त्रियांनाही पुरुषांच्या बरोबरीने धर्मद्वार उघडून दिले बसवेश्वरांनी आपल्या अनुयायांनी हृद्यावर शिवलिंग धारण करण्याची आज्ञा दिली. शिवाच्या मानसपुजेवर भर दिला. चेन्नावरून, अल्लमप्रभू, अक्क महादेवी सर्वज्ञ अशी अनेक समर्थ माणसे या पंथाला लाभली. यांनी कन्नडमध्ये सवत्र प्रचार केला. कन्नड भाषा व संस्कृती यांच्या विकासात या वीरशैवांचा हाविर्भाव मोठा आहे. कर्नाटकात जन्मलेला आणि कर्नाटकापुरताच मर्यादित राहिलेला असा हा पंथ आहे.

रामानुजाचार्य हे अकराव्या शतकात तमिळनाडूमधून कन्नडदेशी आले. इथे विष्णुभक्ती त्यांनी रूढ केली. तेराव्या शतकात मध्वाचार्य कन्नड भूमीतच होऊन गेले. त्यांनी द्वैताश्रयी विष्णूभक्ती इकडे वर्धिष्णु केली. शंकराचार्यांच्या मायावादाला विरोध करण्यासाठी वायुदेवाने मध्वाचार्यांच्या रूपात अवतार घेतला. अशी मध्व भक्तांची श्रद्धा आहे. मध्वाचार्यांना कन्नडमध्ये पुष्कळ अनुयायी लाभले त्यांनी मध्वसंप्रदाय सामान्य लोकांपर्यंत नेला. माध्वमतानुयायी 'हरिदास' या नावाने आपला समुह करून कर्नाटकात सर्वत्र हिंडत असत आणि 'कीर्तने' गाऊन विष्णुभक्तीचा प्रचार करीत असत. त्यामुळे यांना दासकुट म्हणत असत. दासकुटांची परंपरा नरहितार्थ याच्यापासून सुरू होते. व्यासराय, विजयदास, पुरंदरदास, कनकदास, हे संतकवी या परंपरेत होते. आजही भक्तमंडळीत ही परंपरा जीवंत आहे.

परक्या मुसलमानांच्या आक्रमणाची छाया कर्नाटकावर पडली ती चौदाव्या शतकाच्या सुमारास इथली सत्ता बळकावण्याच्या इराद्याने त्यांची अनेक आक्रमणे झाली. पण याचा उलटा परिणाम होऊन हिंदुधर्माचा व राज्याच्या संरक्षणासाठी विजयनगरचे साम्राज्य निर्माण झाले तथापि या राजांनी सर्वधर्म समभावाचे धोरणे ठेवले होते. बुक्करायाने जैन व वैष्णव यांच्यामधला कडवटपणा व अढी दूर

करण्याचे बरेच यशस्वी प्रयत्न केले होते. कंपरायाने 'सर्वांनी सर्व देवता वंदय मानाव्या' असे आज्ञापत्रच काढलेले होते.

हे राजे जसे धर्मसहिष्णु होते. तसेच विद्या व कलांचे रसिक भोक्ते होते. त्यामुळेच हंपी, हर्ळबीड, बेलूर, एहोळे, बदामी, श्रवणबेळगोळ इत्यादी ठिकाणची भव्य मंदिरे व शिल्पकाम आकारास आले.

दोन सहस्त्र वर्षांच्या कर्नाटकाच्या ज्ञात इतिहासावरुन कन्नडिगांची श्रेष्ठ प्रतीची बुद्धिमत्ता, शौर्य, कतृत्व, व संगीत, नृत्य, चित्र, शिल्प इत्यादि ललित कलांमधील त्यांचे नैपूण्य याची साक्ष पटते.

बहुसंख्य कानडी लोकांचा मुख्य देव आहे पंढरीचा विठोबा पंढरपूरचे विठ्ठलमंदीर होयसळ राजा विष्णुवर्धन यानेच बांधले आहे. असे म्हणतात. काही कानडी लोकांचे कुलदैवत जेजूरीचा खंडोबा देखील आहे. कर्नाटकाची भूदेवता म्हणून सौदत्ती जवळच्या एल्लम देवतेचा गौरव होतो. ही देवता डोंगरावर वसलेली आहे.

वेशभूषा

उत्तर कर्नाटकातील माणसांची राहाणी महाराष्ट्राला जवळची वाटावी अशी आहे. तर दक्षिणेकडील तमिळनाडूला जवळची दिसते.

कर्नाटकी पुरूष सामान्यपणे धोतर 'पंचे', 'सदरा', 'शरटु', कोट, कमालु, किंवा टोपी, असाच पोषाख करतो. बेंगलोर -म्हैसूरकडे लुंगी, दाट्टी ची पद्धत विशेष आहे फेटाही वेगळ्या धर्तीचा विश्वेश्वरैया असतो. त्याला 'पेटू' म्हणतात. स्त्रियांचे नेसणे नऊवारी लुगडे सीरे, तोळबुंदी, पाटल्या, वळे, कुड्या, नत्तु, खडयांचे दागिने, नाकात बेसरी, कानात 'हत्तकडकु' कंबरपट्टा, ओडयाण, आंगठी, डुगूंर गळ्यात सर इत्यादी स्त्रियांची आभूषणे असतात. कन्नड स्त्रियांना फुलांचा षौकही फार आहे. त्यांच्या केसात विविध तऱ्हेची फुले माळलेली दिसतात.

खाणेपिणे

कन्नड माणसांच्या खाण्यात भात हेच अन्न प्रामुख्याने असते. तांदूळ हेच

मुख्य पीक असल्यामुळे भात व तांदळाचे इडली डोसा उत्तपम ह्यासारखे पदार्थ करतात. तांदळाची खीर, व लाडू देखील करतात.

रोजच्या जेवणात भात 'अन्न' आमटी, 'हुळी' किंवा सांबार. कढी 'सारू' भाजी पल्ल्य चटणी लोणचे उप्पिकायि, कोशिंबीर, 'पच्चडि, तूप, पोळी-गोदिरोटी, भाकरी 'रोट्टि' इत्यादि पदार्थ असतात. जमखिंडी विजापूर इकडील भागात ज्वारी, बाजरी, गहू, ही पिके बरीच होतात. त्यामुळे त्या लोकांच्या जेवणात भाताचे प्रमाण तसे कमी असते. गव्हाची खीर, पुरणाची पोळी ही पक्वान्ने इकडे आवडीची काही भागात तर इतर अमरसाबरोबर पुरणपोळी खातात. मांडे हे पक्वान्न स्वादिष्ट असते. जेवणात चिंचेचे प्रमाण जास्त असते . सार चिंचेचेच असते. काही भागात तिखटाचा वापर जास्त प्रमाणात केला जातो.

जेवताना केळीचे पान आडवे मांडतात. हिरव्यागार पानावर पांढऱ्या शूभ्र भाताची रास शोभून दिसते.स्वच्छही वाटते.

दूध-'हालू', दही-'मोसरू', ताक-'मज्जिगे,' लोणी-'बेण्णे ' इत्यादी स्निग्ध,पौष्ठिक पदार्थही खाण्यात असतात.

चालीरीती

चालीरीती, लोकाचार यांना एक परंपरा लाभलेली असते. कर्नाटकातही पारंपरिक लोकाचार आहेत.

मूल जन्मले की या चालीरीती सुरू होतात. मूल जन्मले म्हणजे भरमप्पाच्या देवळात चुरमुरे नेऊन ठेवतात. गावोगाव भरमप्पा असतो म्हसोबाप्रमाणे. हे चुरमुरे कोणी खायचे नसतात. खाल्ले तर अंग सुजते, अशी कल्पना आहे.

जातकर्म झाले म्हणजे पाचव्या दिवशी ऐदेशी पाचवीचा विधी होतो. या दिवशी रात्री कागद लेखणी पुजा करून ठेवतात. सटवाई मुलाचे भाग्य लिहून जाते. अशी श्रद्धा आहे. रात्रभर यलम्माचा जागर चालतो. यल्लमा ही कर्नाटकाची आदिदेवता आहे.

बाराव्या दिवशी नामकरण विधी होतो. याला 'तोट्टला आकुदु' म्हणतात. म्हणजे मुलाला पाळण्यात घालणे. यावेळी आप्तइष्ट जमतात. सुवासिनींना बोलवतात. हळदी-कूंकू देतात. थाटाने नाव ठेवतात.

मूल वर्षा दोन वर्षाचे झाले म्हणजे त्याचे जावळ काढतात.

सहाव्या-सातव्या वर्षी मुलाची मुंज करतात. हे सर्व विधी महाराष्ट्रातल्या विधीप्रमाणेच जवळ जवळ असतात.

मूल असताना रथसप्तमीच्या दिवशी उसाचे करवे, चुरमुरे, गाजराचे तुकडे

यांनी त्याला न्हाऊ घालतात. बोरन्हाण्याप्रमाणेच हा प्रकार.

लग्नविधी

पूर्वीच्या काळी वधू-वरांची पसंती घरातील वडीलधारी माणसेच करीत असत. मुला-मुलींची वयेही लहान असत. बालविवाह सर्रास रूढ होते.

लग्न ठरले म्हणजे प्रथम बसतात प्रथम यादी करायला. यादी करणे याला फार महत्व असते. यावेळी दोन्ही पक्षांकडील मंडळी बसून लग्नाच्या निमित्ताने देणीघेणी करणे, मानपान, हुंडा, इत्यादी गोष्टींबद्दल वाटाघाटी करतात. व ठरलेल्या गोष्टी यादीमध्ये मान्यवर त्रयस्थांच्या साक्षीने नमुद केल्या जातात.

लग्नाची तयारी शुभमूहुर्त पाहून ठरविली जाते. लग्न बहुधा मुलीच्या घरीच होते. त्यासाठी वरपक्षाचे वऱ्हाड वधू घरी येत असते.

सीमांतपूजनापासून लग्नविधीला प्रारंभ होतो. या वेळी नवा पोषाख देऊन वर-पुजा श्वशुराकडून केली जाते. दोन्ही पक्षांकडील मंडळींचा परिचय एकमेकांना श्रीफळ देऊन केला जातो.

त्यानंतर जेवण होते. या जेवणाला 'मांडे' हे पक्वान्न असते. म्हणून याला मांड्याचे जेवण असे म्हटले जाते.

कर्नाटकात लग्नकार्यात किंवा अन्य शुभकार्यात आळूची भाजी निषिद्ध मानलेली आहे. सणाला देखील ती ते करत नाहीत. मात्र श्राद्धपक्षाला ती हवीच.

वधुवरांची अष्टांग न्हाणी, हळद लावणे, कंकण बांधणे, इत्यादी सर्व वैदिकपद्धतीचा लग्न विधी होतो. साडे-सुनमूख व सत्पपदी लाजाहोम, हा महत्त्वाचा विधी लक्ष्मीपुजनानंतर पुजनानंतर लग्न सोहळा संपतो.

लग्नात विविध विधींच्या वेळी स्त्रिया ही गीतेही म्हणत असतात. प्रदेश भिन्नतेनुसार व जातीजमातीनुसार या विधीमध्येही थोडे फार भिन्नत्व आढळते.

सण-समारंभ

भारतात अन्य प्रांतात जसे सण-समारंभ, उत्सव, व्रते आहेत, तसेच ते कर्नाटकातही आहेत. सण-समारंभ किंवा व्रतवैकल्ये यांच्यामागे एक सांस्कृतिक व सर्वस्पर्शी अशी शुभदृष्टी असते.

उगादी पाड्या

कर्नाटकातील हा वर्षारंभाचा दिवस चैत्र शुद्ध प्रतिपदेपासूनच नव वर्ष सुरू होते. घरोघर गुढ्या उभारतात.कडुनिंबाचा मोहोर भक्षण करतात. मिष्टान्न भोजन होते. संध्याकाळी बैलगाड्या सजतात. गावभर त्यांची टोलेजंग मिरवणूक निघते. शर्यतीही लागतात. शेतीच्या हंगामानंतरचा हा सण शेतकरीजीवनातही नवा आनंद, नवा

लोक आणि लोकाचार / ३५

उत्साह भरत असतो.

चैत्रगौर

चैत्रगौर शुद्ध तृतीयेपासून अक्षय्यतृतीयेपर्यंत सोयीनुसार घरोघर स्त्रिया चैत्रगौरीचे हळदी-कुंकू समारंभ करीत असतात. गौर सजवतात. तिच्या पुढची आरास पाहण्यासारखी असते. आंब्याची डाळ, भिजवलेले हरभरे सुवासिनींना देतात.

नागपंचमी

कर्नाटकातील अत्यंत उत्साहाचा व धामधुमीचा व आनंदाचा सण म्हणजे नागपंचमी होय . ह्यासाठी आधीपासूनच घरोघरी तयारी सुरू असते. लाह्या भाजतात., फुटाणे, डाळे तयार करतात. तंबिटाचे लाडू बनवतात. सासुरवाशिणी माहेरी येतात. घरोघर झोपाळे झुलतात. खोबऱ्याच्या वाटीच्या भिंगऱ्या घेऊन मुले खेळतात. गाणी, गातात. वर्षाऋतूचे दिवस ! निसर्गही हिरवागार, टवटवीत असतो. उत्साह भरतो

इकडे नागपंचमी दोन दिवस साजरी होते. चवथीला स्त्रिया वारुळाला जातात. नागपूजा करून लाह्यांची व चण्यांची पुरचुंडी वाहतात. ही मुद्दाम वेगळी बनवलेली असते. त्यातील लाह्या चणे कुणीही खायचे नसतात. खाल्ले तर अंगावर कोड फुटते अशी समजूत आहे. या दिवशी स्त्रिया उपवासही करतात.

पंचमीला पुरुष मंडळी नागपूजा करतात. या सणानिमित्त घरोघर फराळासाठी चकली व लाहीपीठ केले जाते. श्रावणी सोमवार, संपत शुक्रवार, शनिवार, हे श्रावणातले वारही पाळले जातात. प्रत्येक वाराच्या कहाण्या ऐकतात. पुरणावरणाचा स्वयंपाक करतात. संपत शुक्रवारी मृत्तिका घट कावेने रंगवितात. व गौरी म्हणून पूजतात. पुरणाची आरती करतात. आरती झाल्यावर घरातल्या मुलाबाळांना ओवाळतात. आणि जी मुले बाहेर गावी असतात त्यांच्या दिशेने अक्षता टाकतात. सर्वांचे मंगल शुभ चिंतन करतात.

शनिवारी कण्या भाकरी अंबाड्याची भाजी असा बेत नैवेद्याला असतो.श्रावणी पौर्णिमेला समुद्र, नदी, नाला, या ठिकाणी जलदेवतेला नारळ अर्पण करतात.

गौरी-गणपती

भाद्रपदात सार्वजनिक गणेशोत्सवाची धामधूम असते. घरोघरी गणपतीची प्रतिष्ठापना होते. सार्वजनिक ठिकाणी आरास करतात. विविध तऱ्हेचे कार्यक्रम होतात. मंत्रजागर सर्वत्र होते.

या दिवसात गौरीचे आगमन होते. पंचपक्वान्नांचा नेवेद्य होतो. गौरीची आरासही पाहण्यासारखी असते. सुवासिनींचा हळदीकुंकू-समारंभ होतो.

अनंतचतुदर्शीला गणपतीचे विसर्जन होते. अनंताचे व्रत घेतले जाते. अनंताची

पूजा सर्वत्र चालते.

नाडहब्ब

नवरात्रीचे नऊ दिवस सर्व कर्नाटक भर 'नाडहब्ब' चा उत्सव चालतो. हा इकडला राष्ट्रीय उत्सव मानला जातो. भुवनेश्वरी आदिमायेचे सर्वत्र पूजन होते. विजयनगरच्या साम्राज्यकाळापासून नाडहब्ब उत्सवाची प्रथा आहे. म्हैसूरच्या राजधानीने ही परंपरा जतन केली आहे. परंतु अलीकडच्या काळात कविवर्य बेंद्रे यांच्या 'गळेसर' मित्रमंडळाने त्यात नवीन प्राण ओतला. धारवाडला हा महोत्सव प्रथम सुरू केला. तो आता सर्व कर्नाटकातच नव्हे तर बाहेर जिथे जिथे कर्नाटकीमंडळी आहेत. तिथे तिथे साजरा होऊ लागला आहे. त्यांनी या उत्सवाला ज्ञान-सत्राचे व क्रीडामहोत्सवाचे स्वरूप दिले, लोकमान्य टिळकांनी गणेशोत्सवाला जसे वळण दिले तसाच हा प्रकार. आता या वेळी विविध विषयांवर व्यासंगी वक्त्यांची व्याख्याने होतात. संगीत, नाट्य, नृत्य, यांचेही कार्यक्रम चालतात आणि विविध तऱ्हेच्या क्रीडास्पर्धा होतात. त्यातून कितीतरी तरुण खेळाडू भाग घेतात. 'दसरा स्पोटर्स'म्हणून हा क्रीडा महोत्सव विख्यात आहे.

सर्व मंदिरेंतून नवरात्र बसते. अखंड नंदादीप तेवतो. देवदेवतांना दहा दिवस विविध अवतारांनी सजवतात.

दसऱ्याच्या दिवशी शस्त्रपूजन, सीमोल्लंघन मिरवणूक हा कार्यक्रम असतो. म्हैसूरचा दसरा महोत्सव भारतात प्रसिद्ध आहे.

दिवाळी

दिवाळी साजरी होते, पण दक्षिण कर्नाटकात विशेष नाही. नरकचतुर्दशी, लक्ष्मीपुजन, पांडवपंचमी, भाऊबीज, अक्कन तदगी साजरी होते.

संक्रांत

पौषात संक्रांतीचा सण येतो. तिळगुळ देण्या-घेण्याची प्रथा आहे.

शिवरात्र

शैवसंप्रदायाचा खूप मोठा प्रसार इकडे झालेला असल्याने माघात शिवरात्रीचा दिवस सर्वत्र मोठ्या प्रमाणावार साजरा होतो. ठिकठिकाणी शंकराची यात्रा भरते. रथ मिरवणूक निघते उपास करतात. दुसऱ्या दिवशी शिवरात्रीचे पारणे होते.

होळी

फाल्गुन महिन्यात होळीचा सण येतो. गावोगावी मोठया प्रमाणावर होळी होते. घरोघरीही होळीपूजन करतात. याशिवाय ठिकठिकाणी स्थानिक देवदेवतांच्या जत्रा यात्रा वेळोवेळी प्रतिवर्षी भरत असतात.त्यात बादामीजवळची बनशंकरीची यात्रा

४. भाषा आणि साहित्य

कन्नड भाषा दक्षिणेतल्या चार-पाच द्रविडियन भाषांपैकीच एक आहे. अनेक शतकांपासून ती उत्क्रांत होत आलेली आहे. तिचे ग्रंथनिविष्ट होण्यापूर्वीचे स्वरूप प्रारंभ काळच्या शिलालेखातून दिसून येते , संस्कृत ही देशातली अत्यंत प्राचीन भाषा होत पण त्या व्यतिरिक्त दक्षिणेतल्या तमीळ, तेलगु, मल्याळम व कन्नड या ज्या प्रमुख भाषा आहेत. त्या खास द्रविडियन आहेत. 'तुळू' ही देखील एक त्यांच्यापैकीच भाषा असून ती कन्नडाचीच एक बोली भाषा आहे. दक्षिण कर्नाटकात तुळूचा वापर केला जातो. तुळु व वरील चार भाषांना मिळून 'पंचद्रविड भाषा ' असे म्हणले जाते.

कन्नड व तुळू यांशिवाय 'कोडगू' 'तोड', 'कोट' व 'बडग' या बोलीही कर्नाटकात बोलल्या जातात. 'कोडगू' ही कूर्ग भागात बोलली जाते. तोड, कोट, बडग ह्या नीलगिरीच्या वेगवेगळ्या भागात प्रचलित आहेत.

कर्नाटक हा कानडी भाषिकांचा देश. पाणिनीच्या सुत्रात व महाभारतात 'कर्नाट' शब्द आढळतो. विद्वानांच्या व व्युत्पत्तीकारांच्या मते कर्नाटक म्हणजे काळीभोर जमीन असलेला देश करिनाडू शब्दावरून तो आला असावा. 'करि ' म्हणजे काळी व 'नाडू' म्हणजे देश पण काही विद्वानांचे एवढ्या व्युत्पत्तीवरून समाधान होत नाही. विजापूर वगैरे उत्तर कर्नाटकात काळीभोर जमीन आहे. हे खरे, पण दक्षिणेकडे ती तशी नाही. तिथे पुष्कळच वैचित्र्य आढळते. तेव्हा 'क़रना-उंच देश' अशीच व्युत्पत्ती ते मान्य करतात. करनाडूचेच संस्कृतमध्ये कर्नाटक झाले. कन्नड भाषा द्राविडीयन असली तरी तिच्यावर संस्कृतचा प्रभाव बराच पडलेला आहे.

ख्रिस्तपूर्व काळात तेव्हा तरी तमीळ भाषा आली आणि त्यानंतर पुढे मग तिच्यापासून इतर दक्षिणात्य भाषा निघाल्या असाव्यात. आज त्या प्रत्येकींना स्वतःचे स्वतंत्र अस्तित्व आहे. रचनेच्या दृष्टीने जरी तमिळ व कन्नड यांच्यात साम्य असले तरी लिपीच्या दृष्टीने कन्नड व तेलुगु यांच्यात साम्य आहे. बराच काळपर्यंत कानडी

व तेलगु या दोन्ही लिपींमधे फारच थोडा फरक होता. या दोन्ही लिपींचा उगम अशोककालीन ब्राह्मी लिपीच्या दक्षिणी शाखेतून झालेला दिसतो. कन्नड वर्णमालेत ५२ वर्ण आहेत.

प्राचीन काळ

खिस्त शतकापूर्वी कन्नड ही केवळ व्यवहाराची भाषा होती. पुढे हळूहळू ती शिलालेखात वापरली जाऊ लागली. पण खिस्त शतकानंतर मात्र तिच्यात साहित्य निर्मिती होऊ लागली. 'आपली भाषा प्राचीन आहे ' अशा समजुतीने इतिहास लिहला गेला नाही. पण आता पाश्चात्य दृष्टी व प्रमाणे उपयोगात आणल्यानंतर सुमारे पाचव्या सहाव्या शतकात कन्नड साहित्याचा प्रारंभ झालेला आहे असे मानले जाते. इ.स ४५० चा हल्मिडी शिलालेख अत्यंत प्राचीन आहे. त्यात अळकदंब नामक राजाने विज अरस नामक व्यक्तीला दोन ग्रामे दान दिल्याचा उल्लेख आहे. शिलालेखाची भाषा संस्कृत-गर्भित आहे. व तिच्यात केवळ वीस कन्नड शब्द आहेत.

इ.स ७०० मधील बादामीतल्या शिलालेखात संस्कृत व कन्नड शब्द समसमान आहेत. शिवाय 'त्रिपदी' हा कन्नडचा वैशिष्ठ्यपूर्ण छंदही वापरलेला आहे.

या सुमाराच्या श्रवणबेळगोळच्या शिलालेखातील भाषा प्राचीन कन्नड 'पूर्वदहळगन्नड' आहे.

या शिलालेखांतून साहित्य नाही, परंतु साहित्यनिर्मितीची शक्ती कन्नडमध्ये त्या वेळी निर्माण होत होती. असे दिसते.

त्यानंतर नवव्या शतकात लिहिला गेलेला 'कविराजमार्ग' हा एकमेव कन्नड ग्रंथ उपलब्ध आहे. हा नृपतुंग राजाने लिहिला असे म्हणतात. पण त्याच्या दरबारी असलेल्या श्रीविजय कवीने तो लिहून आपल्या आश्रयदात्याच्या नावाने प्रसिद्ध केला असे एक मत आहे. हा ग्रंथ उपलब्ध आहे. हा नृततुंग राजाने लिहिला असे म्हणतात. पण त्याच्या दरबारी असलेल्या श्री विजय कवीने तो लिहून आपल्या आश्रयदात्याच्या नावाने प्रसिद्ध केला असे एक मत आहे. हा ग्रंथ अलंकारशास्त्रावर आहे. याचा अर्थच असा की यापूर्वी कन्नड काव्य साहित्य निर्माण झालेले होते. याच ग्रंथात पूर्ववर्ती कवींची व गद्य लेखकांचीही नावे उल्लेखिली आहेत.

विमळोदय नागार्जुन
समेत जयबंधु दुर्विनीतादिगळी ।
क्रमदोळ् नेगळ्चि गद्या
श्रमपद गुरुताप्रतीत केयकोंडर ।।

विमल, उदय, नागार्जुन, जयबंधू व दुर्वनीत हे कन्नडचे प्रसिद्ध गद्य लेखक

होते. आणि

परस श्रीविजय कवी -
श्वर पण्डित चंद्रलोकपाला दिगळा ।
निरतिशय वस्तु विस्तर
विरेचने लक्ष्यं तदाद्य काव्यक्केंदुम ।।

श्रीविजय कवीश्वर पणित, चंद्र, व लोकपाल हे कवींमध्ये प्रसिद्ध होते. परंतु यांचे साहित्य उपलब्ध नाही.

'दुर्विनीत' नावाचा जो उल्लेख आहे तो गंग राजा होता. तो विद्वानही होता. त्याचा राज्यकाल इ.स ४७८ ते ५१३ पर्यंत मानला जातो. 'अवन्ती सुंदरीकथासार' नामक ग्रंथावरून कळते की, संस्कृतचा प्रसिद्ध कवी भारवी हा दुर्विनीत राजाच्या दरबारात काही काळ होता. दुर्विनीत राजाने 'शब्दावतार' नावाचा व्याकरण ग्रंथ संस्कृतमध्ये लिहिला होता. त्याने गुणाढ्याच्या बृहत्कथेचे संस्कृत रूपांतर 'वडुकथा' त्यानेच केले होते, असे मानतात. याने कन्नडमध्येही ग्रंथरचना केली होती. पण ती उपलब्ध नाही.

'कविराजमार्ग ' च्या लेखकाने 'कन्नड रामायणातील काही श्लोक उद्धृत केले आहेत. याचाच अर्थ असा की त्यापूर्वी कन्नड रामायणाची रचना झाली होती. ते रामायणही उपलब्ध नाही. 'कविराजमार्ग' या ग्रंथापूर्वीच अलंकार व व्याकरणग्रंथही कन्नडमध्ये रचले गेले होते.

'रन्नं वैयाकरणं, जन्नंमेण् कवियोळगे वैयाकरणम् ।

रन्न व्याकरणकार आहे. तर जन्न कवींमध्ये व्याकरणकार आहे. अशी ही उक्ती प्रसिद्ध होते की, तत्कालीन कवी केवळ काव्यशास्त्रातच पारंगत नव्हते. तर व्याकरणशास्त्राचेही चांगले ज्ञाते होते.

कन्नड साहित्याच्या विकासाच्या दृष्टीने पुढीलप्रमाणे कालखंड मानण्यात येतात.

१) पंपपूर्व युग (इ.स ९५० पर्यंत)
२) पंपयुग (इ.स. ९५० ते ११५०)
३) बसवयुग (इ.स ११५० ते १५००)
४) कुमारव्यासयुग (इ.स १५०० ते १९००)
५) आधुनिक युग (इ.स १९०० च्या पुढे)

पंपपूर्व युगातील 'कविराजमार्ग'ग्रंथाचा उल्लेख झालाच आहे. 'चंपू' ह्या वाङ्मयप्रकाराचाही उल्लेख त्यात आढळतो.

जैन धर्माचा उदय झाल्यावर जैन साधूंना त्यांची धर्मतत्वे लोकभाषेत मांडावयाची होती म्हणून त्यांनी कन्नड भाषेत बऱ्याच कथा व नीतिवाङ्मय निर्माण केले.

पंप-युग

दहा ते बाराव्या शतकापर्यंतचा काळ म्हणजे महाकाव्याचा काल होय. यालाच 'चंपु-काव्य-युग' म्हणतात. या काळात प्रामुख्याने पंडिती थाटाची रचना झाली. त्यामुळे या काळात व्यासंगही खूप वाढलेला होता.

महाकाव्य काळातला पहिला कानडी कवी म्हणजे पंप होय. हा जैन धर्माचा अभीमामानी होता. पण याने वैदिक संस्कृतीचे सार घेऊन पंप भारत लिहिले आहे. याचे व्यक्तित्व फारच समतोल असले पाहिजे कारण त्याचा ग्रंथ वाचल्यावरही तो जैन होता असे वाटत नाही. आपल्या सहजसुंदर काव्याने याने कन्नड काव्य क्षितिज उजळून टाकले. पंप हा कन्नडचा आद्य कवी मानला जातो. चंपू काव्याचा जनकही हाच समजला जातो. 'सत्कवी' महाकवी म्हणून याचा गौरव केलेला आहे. पंप कवीचे अनुकरण पुढे अनेकांनी केले. इ.स ११०० मध्ये नागचंद्र कवीने 'रामचंद्र चरिते पुराण ' नामक रचना करून पंप-शैलीचे अनुकरण केले तो स्वतःला 'अभिनव पंप ' म्हणवून घेत असे. तेलगुचा आदि कवी नन्नय भट्ट हा देखील पंपाची रचना पाहून मुग्ध झाला. व असे म्हणतात की, 'पंपाने आदिपुराण रचले यात आदि तीर्थकराचे चरित्र यांच्या पूर्वजन्मकथेसह लिहिलेले आहे. याच ग्रंथात कर्मामुळे व गुणामुळे चातुवर्ण्य असेल पण मुलतः मानव एकच आहे. असे वचन आढळते. हजार वर्षापूर्वी असे सांगणारा कवी केवढा द्रष्टा होता. हे यावरून कळून येते कन्नड साहित्यात हजारो वचने आहेत. त्यापासून पुष्कळच स्फुर्ती मिळते.

पंपाने विक्रमार्जुन विजय नामक काव्य लिहिले आहे, 'कविता गुणार्णव ' 'प्रसन्न गंभीर वचनरचनचतुर पुराण कवि' सुकविजनमनो मानसोत्तन्सहंस सरस्वती मणिहार आदी पदव्यांनी त्याला गौरविले आहे.

पंप अरिकेसरीच्या दरबारात होता. याचे गुरू देवेंद्रमुखी होते. त्या त्यांची स्थिती श्रवणबेळगोळच्या एका शिलालेखात भारतीभाळभट्ट म्हणून केलेली आहे.

यानंतर 'पोन्न' नामक काव्य उल्लेखनीय आहे. याने शांतिपुराण लिहिले. या खेरीज 'भुवनैक रामाभ्युदय-रामकथा व जिनाक्षर माले. अशा आणखी दोन रचना पोन्न कवीच्या आहेत. पोन्नने संस्कृत रचना केली होती. असेही मत होते. याला अनेक पदव्या होत्या. त्यात कुरूळ गळ सवण-रसिक यति अशी एक होती!

पंप, पोन्न व रन्न या कवींना रत्नयत म्हणत असत. पोन्ननंतर रन्न हा विख्यात कवी झाला. याने 'अजितपुराण', 'गदायुद्ध' व रन्नकंद अशा तीन रचना केल्या.

'गदायुद्ध' हे रन्नाचे काव्य श्रेष्ठ मानले जाते. याला कृतिरत्न असेही नाॅ दिले.

दहाव्या शतकातील साहित्यकारात 'चावुंडराय' हा प्रमुख आहे. हा कवी आणि वीर होता गंग राजा राचमल्ल याचा मंत्री होता याला वीर मार्तंड देव अशी उपाधी होती. हा जैन धर्मी होता. यानेच गोमटेश्वराची भव्य मूर्ती घडवून घेतली .याची 'चावुण्डरायपुराण ' नामक रचना प्रसिद्ध आहे. हा गद्यग्रंथ आहे. प्राचीन वड्डाराधने या गद्यग्रंथानंतर त्याचाच उल्लेख होतो. यात चोवीस तीर्थंकर आदी त्रेसष्ट शलाकापुरूषांची वर्णने आहेत.

यानंतरचा कवी म्हणजे नागवर्मा प्रथम यांच्या कर्नाटक कादंबरी व छन्दोम्बुधि अशा दोन रचना प्रसिद्ध आहेत. याने काव्यात वीररसाबरोबर शृंगार रसाचाही उपयोग केला आहे. हे त्याचे वैशिष्ट्य मानतात.

इ.स १०३० मध्ये दुर्गसिंह कवी झाला. चंपू शैलीत याने पंचतंत्र अनुवादिले. 'चन्द्रराज' नावाचा कवी याच सुमारास झाला. मदन तिलक नावाची याची रचना प्रसिद्ध आहे.

श्रीधराचार्यांचा ज्योतिष शास्त्रावरचा 'जातक-तिलक' ग्रंथ १०४९ मधील असून फार प्रसिद्ध आहे. 'सुकुमार चरित्र' हे चंपुकाव्य लिहिणारा 'शांतिनाथ ' कवी १०६८ च्या सुमारास झाला. मदन तिलक नावाची याची रचना प्रसिद्ध आहे.

याला सरस्वती-मुखमुकुटम सहज कवी अशा गौरवउपाधी होत्या.

यानंतर नागवर्माचार्य नागचंद्र, यनसेन, ब्रह्मशिव कर्णपार्य दुसरा नागवर्मा हे विशेष कवी होऊन गेले. कंति नामक पहिली कन्नड कवयत्रीही याच काळात झाली. कन्ति -हंपनसमस्येगळु म्हणजे कंतिहंप समस्या' नावाची काही पदे उपलब्ध आहेत.

या काळाला 'चंम्पु-काव्य-काल' असे म्हणले जाते.

बसवयुग

बाराव्या शतकाच्या मध्यकाळास 'बंडयुग' किंवा 'बसवयुग' असे म्हणतात. 'पूर्वभक्तिकाल' असेही म्हटले जाते. कारण या काळात 'जेडर दासि मरे'शंकर दासिमय्य, 'मरे मिण्डय्य', 'सकलेशमादरस', 'अल्लम प्रभु' , 'बसवेश्वर', 'अक्क महादेवी', 'चेन्नबसव' 'सिद्धराम' इत्यादी संतकवी किंवा वचनकार होऊन गेले. याची हजारो वचने कन्नडमध्ये उपलब्ध आहेत. वचनवाड्मय हे साधे पण प्रभावी कन्नड गद्य आहे. बसवेश्वरांची वचने उत्कृष्ट आहेत. सरळ सोप्या भाषेत त्यांनी उपदेश दिला आहे. उपनिषदांतील सारतत्त्व त्यात उतरलेले आहे. मानवतेची शिकवण त्यांनी प्रभावीतपणे दिली आहे.

बसवेश्र्वर

लोकद डोंकु नीवके तिद्दुविरि ?
निम्म निम्म तनुव संतैसिळिळ्ळि ।
निम्म निम्म मनव संतैसिकोळ्ळि ।
लोकांचे वाकडेपण तुम्ही कशाला दूर करता?
आपआपले तन,आपआपले मन, सुधारा!
देवलोक मर्त्यलोकवेबुंद बेरिल्लकाणभो
सत्यव नुडिवेद देवलोक मिथ्यव नुडिवदे
मर्त्यलोक । आचारवे स्वर्ग । अनाचारावे नरक ।।

देवलोक, मर्त्यलोक हे काही नाही. बंधू सत्य बोलणे हाच देवलोक आहे, असत्य बोलणे मर्त्यलोक आहे. आचार हाच स्वर्ग आहे. अनाचार हाच नरक आहे.

बसवेश्वर क्रांतिकारी होते. जातिपातीस त्यांचा कट्टर विरोध होता. अक्कमहादेवी ही भक्त कवयित्री बसवेश्वराच्या समकालीन होती.

उडतडी नावाच्या गावी ११६० च्या सुमारास ती होऊन गेली. हिची वचने म्हणजे कन्नड साहित्याचा अलंकार होय. तिने 'सती -पतिभाव' आपल्या रचनेतून

साक्षी इतिहास / ४३

चित्रीत केला आहे. लिंग 'परमात्मा' हा पती व शरण (भक्त) ही सती हा तिचा संदेश आहे.

अय्या नी केळिदरे केळू केळदिर्दडे माणु नानित्र हाडिदल्लदे सैरिसलारनय्य।

स्वामी ! तुम्ही ऐका, न ऐका मी तुमची गीते गायल्याशिवाय राहू शकत नाही.

एका वचनात तिने म्हटले आहे की, 'पर्वताच्या शिखरावर घर बांधून रानटी प्राण्यांना भिण्यात काय अर्थ आहे? समुद्रकिनाऱ्यावर घर बांधून लाटांच्या आवाजाला व फेसाला कशासाठी भ्यायचे? बाजारात घर बांधून गजबजाटाला कंटाळून कसे चालेल ? या जगात जन्मल्यावर स्तुती आणि निंदा ऐकून शांतच राहिले पाहिजे !

अल्लमप्रभु हा ज्ञानेश्वरांप्रमाणेच मोठा ज्ञानी भक्त होता.

'नानु घन लानु धनवेंब हिरियरूण्टे ?
जगदोळगे हिरियर हिरितनदिंदेनायतु ?
हिरिदु किरिदेंब शब्दवडगिदरे आतने शरण गुहेश्वरा ।

मी मोठा , मी मोठा म्हणणारे काय मोठे असतात ? अशा मोठ्यांच्या मोठेपणाने या जगात काय झाले आहे?

ज्याच्यामधे लहान-मोठा हा भेदभाव नाही, तोच भक्त मोठा, हे गुहेश्वर ! 'गुहेश्वरा हे संबोधन त्यांच्या प्रत्येक वचनाच्या शेवटी येते. !

चेन्नबसव हा बसवेश्वराचा भाचा होता. अल्लमप्रभूने याला महाज्ञानी म्हटले आहे. याने वीरशैव धर्माचे पुष्कळ कार्य केले. 'षटस्थल वचन', 'करुणहसुले', 'मिश्रार्पण',

कालाज्ञान या याच्या रचना प्रसिद्ध आहेत.

आणखी पुष्कळ वचनाकार कन्नडमध्ये होऊन गेले. श्रेष्ठ विचार सामान्यजनापर्यंत त्यांना पटतील अशा भाषेत सांगण्याची पद्धत कन्नड वचन साहित्यात आहे.

'हरिहर' 'राघवांक', 'केरेयपद्मरस','नेमिचंद्र','रुद्रभट्ट', 'पाल्कुरिके', 'सोमनाथ', 'अग्गळ','आचण्ण', 'बंधुवर्मा', 'देवकवी', 'पार्श्वपंडित', 'सोमराज', 'गुणवर्मा', 'द्वितीया', 'कमलाभव', 'आंड्य','मल्लिकार्जुन' इत्यादी प्रबंध काव्य लिहिणारे कवी या काळात होऊन गेले.

त्याचप्रमाणे उदयादित्य कविकाम केशिराज हे रीतीग्रंथकार कवी झाले. 'रट्टकवी' ने रट्टमन ग्रंथ रचला या काळात प्रबंधकाव्याव्यतिरीक्त रीतिसाहित्य, व वचनसाहित्य यांचाही विकास झाला. 'दाससाहित्य' अथवा वैष्णव भक्तिसाहित्याचा प्रारंभही याच काळात झाला. एकप्रकारे हा जागरण कालच मानतात.

कुमार-व्यास युग

पंधरा ते एकोणीस शतकापर्यंतच्या कालखंडाला 'कुमार व्यास युग' असे म्हणतात. या काळात कर्नाटक राजकीय व सांस्कृतिक दृष्टया अत्यंत उन्नतशील झाला. पण उत्तरार्धात अवनीतीही तेवढीच झाली.

विजयनगरचे साम्राज्य या काळात उत्कर्ष पावले होते. साहित्यकलेला प्रोत्साहन मिळाले. हे युग विशुद्ध 'देसिकाव्य कन्नड शैलीचे मानले जाते. विपुल साहित्यरचनाही या काळात झाली. विजयानगर, म्हैसूर येथील व अन्य राजांनी जरी आश्रय दिला होता तर एकंदरीने लोकच साहित्याकडे आकृष्ट झाले होते. वैष्णव साहित्याचा विकास याच काळात झाला.

वैष्णव साहित्याचा प्रारंभकर्ता म्हणून महाकवी कुमारव्यास याचे नाव घेतले जाते कन्नड भक्तिसाहित्यामधे याचे स्थान फार श्रेष्ठ आहे. याच्यासंबंधी अधिकृत अशी माहिती उपलब्ध नाही. जनश्रृतीनुसार याचे नाव नारणप्प होते. याने कन्नड महाभारत लिहिले. म्हणून याला कुमारव्यास म्हटले जाऊ लागले. ह्याच्या रचनेत द्वैत -अद्वैत विशिष्टाद्वैत व भक्तिमार्ग, कर्ममार्ग आणि ज्ञानमार्ग अशा सर्व विचारांचा समावेश आहे.

कवीने आपल्या रचनेला 'कर्षाट भारत कथा मंजरी असे नाव दिले आहे. याची अन्य लोकप्रिय नावे आहेत. 'कुमारव्यास भारत' भारतकथे गुदगु भारत हा महान भगवत भक्त असल्यामुळे याच्यासारखे महाभारताचा नायक श्रीकृष्ण आहे.

कुमारव्यासांच्या महाभारताने प्रभावित होऊन कुमार वाल्मिकीने भामिनी षट्पदि छंदात 'तोवरे रामायण' व मैरावणन काळग' अशी दोन काव्ये लिहली याचे मूळ नाव नरहरी होते. विजापूरजवळच्या तोरवे येथे याचे वंशज आहेत 'तोवरे रामायण' हे वाल्मिकी रामायणाचा कन्नड अनुवाद आहे. हा भक्तकवी आहे .

वोंदे नामदलडगिदवो, आनंददिंद सुरिव अखिल वेदगळ्।

या पदात त्यांनी आपली नामनिष्ठा व्यक्त केली आहे. ते म्हणतात- 'केवळ एका हरिनामामध्ये आनंदरूप अशा सर्व श्रृतींचे व शास्त्रांचे सार साठवलेले आहे. धृव , प्रल्हाद, अजामिळ या भक्तांचा उद्धार एका नामस्मरणानेच झाला. त्रिभुवनाला आधारभूत असे नामच आहे. अष्टादश ग्रंथ व मत्स्य कच्छ आदी दशावताराचे सार देखील केवळ एक 'नाम' आहे. संसारपीडितांना विरंगुळा देणारेही विश्वव्यापक असे हरिनामच आहे. म्हणून हे मनुजा !भावशुद्ध अंतःकरणाने पुरंदर विठ्ठलाच्या चरणाचे अहर्निश चिंतन कर! कर्मकाडांचे अवडंबर पुरंदरदासांनीही धिक्कारले आहे.'

साक्षी इतिहास / ४५

'स्मरणे वोंदू सालदें , गोविंदन नाम वोंदू सालदे '!

या गीतात ते म्हणतात, 'हे नरा, निष्कारण कर्म मार्गाचे अवडंबर माजविण्यापेक्षा करूणासागर अशा गोविंदाचे नामस्मरण कर ; तेवढेच पुरे !'

पुरंदरदासांनी नित्य भ्रांत अशा मनाला, त्याच्या चंचल लीलांना उद्देशून उपदेश केला आहे.

'ई शरीरद भ्रांति इन्नेके मनवे ? '

या गीतात ते म्हणतात, 'हे मना, तू या देहावर इतका का मोहित झाला आहेस?

पुरंदरदासांनी सुमारे साडेचार लक्षांवर पद्यरचना केली असे म्हणतात. त्यांनी लिहिलेले द्रौपदीवस्त्रहरण, सुदामचरित्र, परतत्त्वसार हे ग्रंथ व काही पदे अप्रकाशित आहेत. 'पुरंदरदाससकीर्तने या शीर्षकाखाली त्यांची काही पदे प्रसिद्ध झालेली आहेत. साळादि म्हणूनही बरीचशी तत्त्वज्ञानात्मक रचना पुरंदरदासांनी केली आहे.

पुरंदरदास जसे थोर संत होते. तसेच ते श्रेष्ठ संगीततज्ज्ञही होते.

'कर्नाटक संगीता ' चे जनकत्व पुरंदरदासांनाच दिले जाते. संत, कवी व गायक असा त्रिवेणी संगम त्यांच्या ठायी झालेला होता. आपल्या मधुर वाणीने पदरचना गाऊन त्यांनी कर्नाटकात सर्वत्र भक्तीचा मळा पिकवला. कीर्तनाच्या द्वारे यांनी दक्षिणी संगीताला शास्त्रीय स्वरूप दिले, निरनिराळ्या राग-रगिण्यांची खुमारी किंवा राग सौंदर्य यांची रसिकांना प्रचिती द्यावयाची असेल. तर पुरंदरदासांनी प्रचलित केलेली कीर्तपद्धती आजही उपयुक्त मानली जाते. मराठी संतांची रचना जशी 'तुका म्हणे ' 'नामा म्हणे' अशा मुद्रेने शेवटी अंकित झालेली असते, तशीच याची पदे 'पुरंदर विठ्ठल' या नाममुद्रेने पूर्ण होतात.

सोळाव्या शतकातील वैष्णवभक्त कवींमध्ये कनकदासांचा उल्लेख आदराने करण्यात येतो. बाडव नावाच्या एका गावात एका धनगराच्या घरी याचा जन्म झाला. एका लढाईच्या प्रसंगी या संसारातील असारता पाहून हे विरक्त बनले. व्यासरायांचे शिष्यत्व पत्करले . पुरंदरदास व कनकदास हे दोघे सहपाठी वर्गबंधू होते. असे म्हणतात 'कागिनेले' येथे कनकदासांनी 'आदिकेशव ' मंदिर उभारले. आदिकेशव हा त्यांचा इष्टदेव .त्यामुळ ही त्यांच्या कीर्तनात पदात 'आदिकेशव हे नामांकन आढळते. 'मोहन तारांगिणी' , 'हरिभक्तीसार' , 'रामध्यानचरित्रे' , 'नळचरित्रे' व फुटकळपदे अशी यांची रचना प्रसिद्ध आहे.

यांच्याशिवाय बादिराजतीर्थ, जगन्नाथदास, चामरस, निजगुणशिवयोगी, विरूपाक्ष पंडित, रत्नाकरवर्णि, षडक्षरदेव, तिकमलार्य, चिक्कूपाध्याय, सिंगराय, संचिन

पुरंदरदास

होन्नम्मा, देवचंद्र कृष्णराय तृतीय,कपुनारायण, मुद्दण, इत्यादी थोर साहित्यकार होऊन गेले.

यांत 'सर्वज्ञ' कवीचे स्थान वैशिष्ट्यपूर्ण आहे. सोळा-सतराव्या शतकामध्ये हा होऊन गेला. हा खराखुरा 'जनकवी' होता. संत कबीरांना हिंदी साहित्यात जे स्थान आहे. तेच सर्वज्ञाला कन्नड साहित्यात आहे. याच्या चरित्रासंबंधी निश्चित माहिती उपलब्ध नाही. सर्वज्ञाची रचना 'वचनगळु' म्हणून प्रसिद्ध आहे. याने त्रिपदी छंदाचा उपयोग समर्थपणे केला आहे. हा खास कानडी छंद आहे.सर्वज्ञाच्या त्रिपदीचे हे काही नमुने -

आ देव देवई देव मादेवनेनबेड देव
भुवन प्राणिगळि
गादवने देव सर्वज्ञ ।

प्राण्यांचा आहे; सृष्टिकर्ता आहे. सृष्टीतील वैचि[illegible], द्योत[illegible]
ईश्वराच्या कलेचे द्योतक आहे. ईश्वरासारखा अन्य कोणी शिल्पी वा कलाकार नाही.

कल्लु कल्लने ओट्टि कल्लिनलि मनेकट्टि
कल्लमेल कल्ल कोळुव मानवरेल्ल
कल्लिनंतहरू सर्वज्ञ ।

दगडांचे मंदिर बांधून त्यात दगडाचीच मूर्ती स्थापणारा माणूस स्वतःच एक दगड ठरेल.

इ.स १९०० च्या पुढे आधुनिक युग सुरू होते. या काळाचे १९०० ते १९२० १९२०ते १९४३ व १९४३ व १९४३ नंतरचा काळ असे तीन कालखंड काही जण कल्पितात. पहिल्या काळात आधुनिक कन्नड साहित्याचा अरुणोदय झाला. या २०-२५ वर्षाच्या काळात वर्तमानपत्री वाड्मय भाषांतरे व आधारित स्वरूपाचे लेखनच प्रामुख्याने झाले. 'मुद्रामंजुष' या केंपुनारायण यांच्या ग्रंथाने आधुनिक गद्यवाड्मयाचा उदय झाला. या काळात बी रामराव, आलुर, मुदविडू, मुळिये, तिम्मपय्य, पंजे मंगेशराव, एस. जी नरसिंहाचार्य यांच्यासारखे लेखक एस किट्टि, शांतकवी, एच नारायणराव, श्री बी.एम, श्री कंठय्या, यांच्यासारखे कवी आणि केरूर यांच्यासारखे नाटक कथा व कादंबरीकार ह्यांचे साहित्य प्रसिद्ध झाले. १९२० पुढचा काळ नवजागरणाचा आहे. असहकारितेच्या चळवळीपासून

साक्षी इतिहास / ४७

राजकारण सामान्य माणसापर्यंत पोचले. तरूण पिढीसमोर नवा आदर्श दिसला. काही तरी नवे करण्याची प्रेरणा निर्माण झाली. यातूनच अनेक मौलिक प्रयत्न झाले. गद्यप्रकारात विविध शैलीचा विकास झाला. 'भावगीते' अथवा 'गीतिकाव्य ' हा प्रकार सफल समृद्ध बनला. साहित्याची चौफेर उन्नती झाली. व त्यां द्वारे आधुनिक लोकजीवन अभिव्यक्त करण्याचा यशस्वी प्रयत्न घडला. या काळाला काही समीक्षकांनी 'स्वर्णकाल' म्हणले आहे. या काळातील लेखकांमध्ये सर्वश्री मास्ती, गुण्डप्पा, श्री. पुट्टप्पा, व्ही.सीतारामय्या, दा.रा. बेंन्द्रे, राजरत्नम, मधुर, चेन्न, रं.श्री. मुगळी, आदींचा उल्लेख विशेषत्त्वाने होतो. तिसरा १९४३ चा काळ हा पुनर्जागरणाचा काळ मानला जातो. नव-विचारांचा व आंदोलनाचा प्रभाव ह्या काळातील साहित्यावर दिसतो. नवनवीन प्रयोग झाल्याचेही आढळते.अलीकडील कवितेला 'नवकाव्य कविते' नवकाव्य म्हटल जाते.

आधुनिक काळात बी.एम. कंठय्या यांना केवळ 'श्री' असेही म्हणतात.'यांनी 'इंग्लिश गीतगळु' ची रचना केली. त्याच्या पूर्वीही काहींनी शेक्सपीयर, मिल्टन,

वर्डस्वर्थ यांच्या कवितांचे कन्नड अनुवादही केले होते.

'श्री' हे आधुनिक निर्माणशील वाड्मयाचे अग्रणी म्हणावयास हरकत नाही.कर्नाटकाच्या एकीकरणाच्या दृष्टीने भारतीय भूमिकेशी एकनिष्ठ राहून यांनी कानडी अस्मिता जागृत केली. 'अश्वत्थामन ' (नाटक) 'पारसीकरू', होंगनसू , गळु, गदायुद्ध रूपक (संग्रह) 'इस्लामी संस्कृती' कन्नडमातू तले येत्तुव वग्गे कन्नड कॅपिडी (साहित्य -इतिहास) 'भाषण व निबंधसंग्रह) इत्यादी त्यांचे साहित्य प्रसिद्ध आहे.

'गेळेयरगंपु' (मित्रमंडळ) ची स्थापना करून द.रा. बेंद्रे उर्फ अंबिकातनय दत्त यांनी कन्नड काव्यात अर्वाचीनता आणली. बेंद्रे हे भावना व विचारसंपन्न कवी आहेत. त्यांच्या काव्याने सर्व रसिकांचे लक्ष वेधून घेतले. गेळेयरगंपुमधुनच अलीकडीकल कन्नडकाव्य उद्यास आले.

'मुगिल-मंलिंग्गे', 'उत्तरायण', 'नमन' , 'संचय' , हृद्य समुद्र, मुक्तकंठ, सखी -गीत', 'गंगावतरण' , 'नादलीले, ' यक्ष-यक्षि, अरुळु-मरळु इत्यादी बेंद्रे यांची काव्यसंपदा प्रसिद्ध आहे.

पुटप्पा यांनीही कन्नड कविता समृद्ध केली आहे. यांचे बावीस कवितासंग्रह प्रसिद्ध आहेत. 'कोळलु' 'नविलु', 'कलासुंदरी', व 'षोडशी' या काव्यातून पुटप्पा निसर्गकवी म्हणून दिसतात. प्रेमकश्मीर मध्ये प्रणयगीते आहेत. पाक्षिकाशि, किंकिणि, व अग्रहंस मध्ये तात्विक स्वरूपाच्या कविता आहेत.

कन्नड कादंबरीचा प्रारंभ बी. वेंकटाचार, व गळगनाथ यांनी केला आहे. बंगाली कादंबरीकार बंकिम चंद्र व मराठी कादंबरीकार हरी नारायण आपटे यांच्या कादंबऱ्यांचा प्रभाव त्यांच्यावर पडला होता. नंतरच्या काळात पुट्टण्ण, केरुर, य.गु. कुलकर्णी, पंजे मंगेशराव , अ.न. कृष्णराव, हे कादंबरीकार पुढे आले. अ.न कृष्णराव यांनी सुमारे ३४ कादंबऱ्या लिहिल्या. पुट्टप्पा यांची कानूर 'सुब्बम्म हेग्गडति' ही पर्वतीय प्रदेशातील जीवनावरील कादंबरी प्रसिद्ध आहे. सामाजिक कादंबरीकार म्हणून शिवराम कारंत विशेष प्रसिद्ध आहेत.'कन्याबलि', 'मरळिमण्णगे',

'बेट्टद जीव ', इत्यादी त्यांच्या कांदबऱ्या प्रसिद्ध आहेत. गोकाक, मुगळी, श्रीरंग, श्रीनिवास, मूर्ती इत्यादी सफल कादंबरीकार झाले. के.बी. अय्यर यांची 'शांतला' नामक ऐतिहासिक कादंबरी महत्त्वपूर्ण कलाकृती मानली जाते.

कन्नड कथासाहित्याचे जनक म्हणून मास्ती वेंकटेश अय्यंगार यांना मानले जाते. मास्तींनी आपल्या कथासृष्टीत नवे आदर्श निर्माण केले. त्यांचे अनेक कथासंग्रह प्रसिद्ध आहेत. त्यात 'रंगप्पन कथेगळु' ला वैशिष्ठ्यपूर्ण स्थान आहे. आनंदकंद, श्रीस्वामी, गोपाळकृष्णरायजी, मुगळी, गोरूर, कोडगु, गोरम्मा, नरसिंहाचार्य देवेडू, क्षीरसागर,उषादेवी, वाणी, कात्यायनी एम सीतरत्न त्रिवेणी सावित्रम्मा कल्यागौम्मा भारती इत्यादी जुने-नवे स्त्री व पुरुष कथाकारांनी कन्नड कथेचे दालन समृद्ध केले आहे.

नाट्यलेखनात टी.पी. कैलासम, श्रीरंग, कारंत कस्तुरी इत्यादी नाटककरांनी वेधक भर घातली आहे. कैलासमच्या नाटकांना श्रेष्ठ प्रतीचे साहित्यमुल्य आहे. परंतु कन्नड रंगभूमी बराच काळ , प्रवाहहीन अवस्थेतच होती. अलीकडे नवीन नवीन तरूण नाटककार नवे प्रयोग, नाट्यलेखनात करीत आहेत. गिरीश कर्नाड, हे उदयोन्मुख, नाटककार आहेत. त्यांचे हयवदन हे नाटक नव्या प्रयोगाची साक्ष देणारे आहे.

प्रवासवर्णन, चरित्र -आत्मचरित्र, ललितनिबंध, समीक्षा, इत्यादी. विविध प्रकारांनीही कन्नड कथेचे दालन समृद्ध आहे.

'कस्तुरी ', 'प्रबुद्ध कर्नाटक' साहित्य, ही मासिके , 'कर्मवीर', 'नवयुग','कठिरव' ही साप्ताहिके, तायिनाडू प्रजावाणी संयुक्त कर्नाटक, नवभारत ही दैनिके प्रसिद्ध होतात. याशिवाय आणखीही बरीच नियतकालिके कन्नडमध्ये प्रसिद्ध होत असतात.

★★

५. कलाप्रिय कर्नाटक

साहित्य, भक्ती, शौर्य इत्यादी बाबतीत जसा कर्नाटक गुणवान आहे, तसाच नृत्य -नाट्य-संगीत शिल्प इत्यादी क्षेत्रातही अग्रेसर आहे. कानडी माणूस रसिक आहे.

संगीत

भारतीय संगीतात 'हिंदुस्तानी संगीत जसे प्रसिद्ध आहे.तसेच 'कर्नाटक संगीत' ही विख्यात आहे. कर्नाटक संगीत हे दक्षिण भारतीय संगीत म्हणूनच ओळखले जाते. ही संगीतपद्धती फार प्राचीन मानली जाते.भरतमुनीने तर म्हटले आहे की, 'भारतच्या दक्षिणेकडील लोकांना नृत्य आणि गायन वादन, यात फार आनंद वाटतो. त्यांच्या गायनशैलीत मार्दव व अभिनयात सहजपणा आढळतो.'

कर्नाटक संगीत हिंदूस्तानी संगीताहून जुने मानले जाते. एवढेच नव्हे तर हिंदुस्तानी संगीताचे मूळ आहे. मुस्लिम संस्कृतीच्या प्रभावानेही दक्षिण संगीतपद्धती उत्तरेत हिंदुस्थानी संगीतात रूपांतरित झाली. दक्षिणेत मात्र हिने आपले मूळ शुद्ध स्वरूप कायम राखले आहे.

चालुक्य राजा सोमेश्वर याने दाक्षिणात्य संगीताला 'कर्नाटक संगीत' असे नाव दिले. कारण ते कन्नडमध्येच जन्म पावले आहे. पण याचा विकास विजयनगर राजांच्या कारकीर्दीत विशेष झाला. या सुमारास संगीतशास्त्रावर अनेक ग्रंथही लिहले गेले, 'मानसोल्लास', 'रागविबोध' हे प्राचीन ग्रंथ प्रसिद्ध आहेत.

कर्नाटकचे प्रसिद्ध वैष्णव संतकवी पुरंदरदास यांनी अनेक कीर्तने-पदे रचून गाऊन कर्नाटक संगीताची परंपरा वाढविली. त्यांना 'कर्नाटक संगीताचे पितामह' असे म्हटले जाते.

आंध्रचे प्रसिद्ध गायक व संगीताभ्यासी- त्यागराज यांनी पुरंदरदासापासूनच प्रेरणा घेऊन तेलुगुमध्ये सुमारे चोवीस हजार पदरचना केली. त्यापैकी आज केवळ

त्यागराज

एक हजार उपलब्ध आहेत. त्यागराजांनी विस्तृत रागरागिण्या पुनरुज्जीवित केल्या.

म्हैसूरच्या राजांनी कर्नाटक संगीताला प्रोत्साहन देऊन अनेक गायकांना राजाश्रय दिला.

त्यागराजांच्या शिष्यपरंपरेत सदाशिवराय व वासुदेवाचार्य यांची नावे उल्लेखनीय आहेत. वीणे-शेषण्णाजी व बिडारं कृष्णप्पाजी यांनीही कर्नाटक संगीताची पुष्कळ सेवा केली आहे. आधुनिक काळात जय चामराज ओडेयर यांनी अनेक पदे रचून गायली आहेत.

लक्षणगीत, वर्णन, कृती, पदम, जावळी, रागमालिका, पल्लवी इत्यादी कर्नाटक संगीताच्या रचनेचे मुख्य प्रकार आहेत.

कर्नाटक संगीताची शास्त्रशुद्ध व परंपरागत मिळविलेले गायकही आहेत. त्यात गंगूबाई हनगल, भीमसेन जोशी, मल्लिकार्जुन मन्सूर, बसवराज राजगुरू, आदि गायक भारतविख्यात आहेत.

कर्नाटकातील हरिदासी पद्धतीच्या 'दासकूटा' तील भक्तकवींनीही कर्नाटक संगीताची सेवा बजावली आहे.

जनसामान्यांत विशेषतः ग्रामीण लोकांत कन्नड लोकसंगीत लोकप्रिय आहे.. 'तत्व', 'कामसलेपदं', 'मन्तेदेवरपद ' इत्यादी लोकगीतांचे प्रकार प्राचीन काळापासून चालत आलेले आहेत. 'तत्वगीत' एकतीरावर एक दोघेजण म्हणतात. तर कामसलेपद स्थानिक वाद्यांच्या साथीवर तिघेजण म्हणतात. 'मन्तेदेवरपद' दोघांनी म्हणण्याचा प्रघात आहे.

नृत्य

आपला हर्ष, आनंद, जसा गाऊ तसाच नाचूनही कन्नड लोक व्यक्त करतात. खेड्यापाड्यांतून निरनिराळ्या जाती-जमातींच्या लोकांत निरनिराळी नृत्ये प्रचलित आहेत. काही लोकनृत्ये सामाजिक स्वरूपाची आहेत. तर काही धार्मिक आहेत.

ग्रामीण जीवनात शेतीला प्राधान्य. तेव्हा साहजिकच शेती व्यवसायाशी मनोरंजन जत्रा इत्यादी संबंधित असतात. कापणी झाल्यावर शेतकऱ्यांना फुरसद

मिळते. अशा वेळी डोडावा जातीमधील नर्तकांच्या पायांना बालकत नावाचे नृत्य स्फुरते. मग ते रंगेबीरंगी कपडे घालून तालबद्ध अंगविक्षेप करीत बेभान होऊन नाचतात.

मरियम्मा देवीची जत्रा कर्नाटकात विशेष प्रसिद्ध आहे. या देवीची उत्सवात दक्षिण कर्नाटकातील लोक 'पुजा कुणित' नामक नृत्य करतात. मरियम्मा देवीची अलंकारलेली मूर्ती एका नर्तकाने मस्तकावर धारण केलेली असते. आणि बाकीचे नर्तक त्याच्या आजूबाजूला नाचत असतात. या नर्तकांच्या हातात मोठया मोठ्या काठया असतात. त्यांना रंगेबीरंगी कापड गुंडाळलेले असते. काठीच्या वरच्या अग्रावर एक धातुचे छत्र बसवलेले असते. नागस्वरम् थम्बटे -म्हणजे ढोल व नगारा या वाद्यांच्या साथीवर मूर्तीचा तोल सावरीत हे नृत्य चालते.

असुरपूजा नामक नृत्य पश्चिमेकडील मालेकुडी नावाच्या पहाडी लोकांत रूढ आहे. घनदाट अरण्यातील देवीच्या मंदिरापुढील मैदानात युद्ध नृत्याच्या धर्तीवर हे नृत्य चालते.

सुग्गीकुनीथा -नृत्य

पहाडी जमातीमध्ये कितीतरी असूर देवता आहेत. त्यांच्या कथा आहेत. पूजाविधी आहेत. उत्सवाच्या वेळी एक पुजारी नृत्य करतो. या भयकारी देवता असल्यामुळे पुजाऱ्यांची वेषभुषाही भयंकर दिसणारी असते. पुजारीण देवतेची कथा सांगते. आणि आसूर दिल्यावर नृत्याला विलक्षण गती चढते!

वैद्यनृत्य नागदेवतेच्या कृपेसाठी नागमंडपात करतात. हे धार्मिक नृत्य आहे.

परियाह रानेयार कुडवी जमातीच्या लोकांतही विविध नृत्ये प्रचलित आहेत. कोलारकडील कोलट्टा नामक नृत्याच्या वेळी रामायण व महाभारतातील कथागीते गायली जातात.

नाट्य

कन्नड नाट्याची परंपरा फार जुनी आहे. प्रारंभीच्या काळात संस्कृत नाटकेच

राजदरबारी होत असावीत . 'कन्नड' नाटक असे सतराव्या शतकापर्यंत उपलब्ध नाही. सतराव्या शतकातील चिक्कदेवराय राजाच्या कारकीर्दितील सिंगाचार्य यांनी लिहलेले मित्रगोविंद हे पहिले उपलब्ध कन्नड नाटक आहे. गोविंद पै यांच्या मतानुसार केशीराज नामक लेखकाने १२६० च्या सुमाराला 'सुभद्राहरण, व प्रबोधचंद्र, ही दोन कन्नड नाटके लिहली होती. ती उपलब्ध मात्र नाहीत.

चिक्कदेवरायानंतर म्हैसूरच्या राजांनीही नाटकाला प्रोत्साहन दिले होते. कृष्णराज ओडेयर तृतीय यांच्या काळी बरीच नाटके रंगभूमीवर आली. काही नाटक मंडळ्याही निघाल्या. राजवाड्याबाहेर चंद्रशाळेत नाट्य प्रयोग होत असत. त्यात संगीत असे . वरदाचार्यांची 'शाकूंतल' , 'मन्मथ-विजय' , 'निरूपमा', इत्यादी नाटके लोकप्रिय. झाली होती. उत्तर कर्नाटक मधील वेंकोबराव यांचि शिरहाट कंपनी व सदाशिवराय गरुड कंपनी या कंपन्यांनी कर्नाटकात नाटकांचे सर्वत्र प्रयोग सुरू केले. १९२१ च्या सुमारास गुब्बि वीरण्णा यांची कंपनी व कोट्टरप्पा यांची 'चामुंडेश्वरी' कंपनी अत्यंत लोकप्रिय नाटके करीत होत्या. बेंगलोरचा अमॅच्यूर नाटक संघाच्या नाटकांतून पंडित तारानाथ, वल्लारी राघवाचारी यांच्यासारख्या विख्यात अभिनेत्यांनी कामे केली. टी.पी.कैलासम यांनी कन्नड नाट्य समृद्ध केले आहे. कर्नाटकात 'यक्षयान' ही लोकनाट्य कला फार प्राचीन आहे. म्हैसूरकडे 'बैलाटा' किंवा 'योड्डाटा' हा लोकनटय प्रकार प्रचलित आहे. 'बैल' म्हणजे उघडी जागा-मैदान 'बैलाटा' नाटके अशी मैदानात होतात.

आधुनिक काळात कन्नड रंगभूमीचे स्वरूपही बदलले आहे. नवीन नाटके, नाटककार, अभिनेते नवीन नवीन प्रयोगक्षम नाटके करीत आहेत. गिरीश कर्नाड हे अशा तरुण नाटककारांत विशेष उल्लेखनीय नाव. त्याचे 'हयवदन' हे नाटक बरेच लोकाप्रिय ठरले.

यक्षगान

कर्नाटकातील ही लोककथा कोकणातील दशावतारी पद्धतीची आहे. कुठे कुठे 'दशावतार यक्षगान ' असेच म्हटले जाते. कन्नड यक्षगान शक्तिदेवतेचा वरदहस्त लाभावा, कृपादृष्टी लाभावी या हेतूने सादर केले जाते. नवस फेडण्यासाठी यक्षगान सादर केले जाते. कार्तिक महिन्यापासून चैत्रापर्यंत ठिकठिकाणी यक्षगानांच्या प्रयोगांची धमाल उडालेली असते. हे दिवस शेतकऱ्यांना फुससदीचे असतात. 'यक्षगान' करणारी व्यवसायिक मंडळी असतात. 'कोल्लुरुमेळा ', 'मारणाकट्टी मेळा ', इत्यादी मंडळ्या प्रसिद्ध आहेत. ग्रामदेवतेच्या प्रारंणात, धनिकांच्या अंगणात

यक्षगानाचे प्रयोग चालतात.

याची कथा पौराणिक असते. त्या नाटकाला 'प्रसंग' म्हणतात. यक्षगानातही 'कूट' व 'आट' अशा दोन पद्धती 'कुट' पद्धतीला 'ताळमद्दळे ', असेही नाव आहे. ताळमद्दळे म्हणजे टाळ-मृदंगाच्या साथीवर जे सादर करण्यात येते. ते यात 'प्रसंग' गायन असते.

'आट' याला बैलाटम म्हणतात. मोकळ्या मैदानावर हे सगळे चालते. रात्र झाली की 'चेंडे' नावाचे वाद्य वाजविले जाते. ही प्रारंभकालीन सूचना .त्यानंतर मृदुंग घुमू लागतो. पाठोपाठ झांज वाजू लागते. धुपांनी रंगभूमी दरवळते. सूत्रधार प्रवेश करून गणेशस्तुती करतो. याला 'भागवत' म्हणतात. हा गायक, वादक, नर्तक, अभिनेता असा बहुगुणी असतो. भागवताला रंगपटापासून रंगभूमीपर्यंत मिरवणूकीने आणतात. त्या नंतर विदूषक विविध तऱ्हेचे चाळे करीत प्रवेश करतात व प्रेक्षकांना हसवतात. त्यांना ' कोडंगी' असे म्हणतात. पाठोपाठ बाळगोपाळ नृत्य सुरू करतात. याला 'तेरे कुणित' असे म्हणतात. यावेळी भागवत नांदी म्हणतो . गणपतीची लाकडी प्रतिमा रंगभूमीवर आणून मांडतात. त्यांनंतर स्त्रीवेषधारी दोन पुरूषनट गोकुळातल्या गोपी बनून येतात. व कृष्णाच्या खोड्यांविषयी प्रेमळ गाऱ्हाणी गीतांमधून मांडतात. मराठीतल्या गौळणीसारखाच हा प्रकार आहे. यानंतर पूर्वरंग संपून मुख्य 'प्रसंग' सुरू होतो.तत्पूर्वी मुख्य पात्रे चेंड्यांना साथीवर 'बोड्डुलग' नामक नाच करीत येतात. भागवत मुख्य पात्राची ओळख करून देतो. या पात्रांची रंगभूषा-वेषभूषा भडक व वेधक असते.

यक्षगान

कर्नाटकाच्या सर्व भागात यक्षयान लोकप्रिय आहे. अनेक कवी, नट आदीनींही चार-पाचशे वर्षांनी कलापरंपरा जतन केली आहे.

चित्र

प्राचीन काळापासूनच कर्नाटक चित्रकलेविषयी विशेष प्रसिद्ध आहे. प्राचीन कन्नड साहित्यातही चित्रकलेसंबंधी विवरण आढळते. चालुक्य राजा पुलकेशी द्वितीय

हा सातव्या शतकात होऊन गेला. हा चित्रकलेचा अत्यंत प्रेमी होता. प्राचीन काळी वेरूळ, अजंठा, ही स्थाने चालुक्य, राष्ट्रकूट राजवटीखाली होती. त्यावेळी तेथील शिल्प व चित्रकलेची निर्मिती झाली असे सांगतात.

जमखिंडीनजीक 'गोबिंगुडड्ड' म्हणजे चित्रांचा पर्वत येथे प्राचीन चित्रकलेचे नमुने आहेत. बादामीच्या लेण्यांत व बेळगावमधील जैन मठांतूनही चित्रकला पाहावयास मिळते. विजयानगर कालात हंपी व लेपाक्षी मंदिरात अनेक चित्रे रेखाटली गेली. पोन्न व रूद्रभट या ग्रंथकारांनी चीरभट्टी नामक विख्यात चित्रकाराचा उल्लेख केला आहे. विजयनगर नंतर म्हैसूरच्या राजांनी चित्रकलेला चांगला आश्रय दिला त्या काळी चित्रकलेची विकासही झाला. श्रीरंगपट्टण येथे टिपू सुलतानाच्या 'दर्या दौलत ' महालाच्या भिंतीवर अत्यंत रेखीव व आकर्षक अशी चित्रे काढलेली आहेत. कृष्णराज-ओडेसर- तृतीय यांनी आपल्या 'श्री तत्त्वनिधी ग्रंथाला सुंदर कलात्मक चित्रांनी सुशोभित केले आहे. विविधरंगी चित्रे त्यात आहेत. म्हैसूर येथील 'जगन्मोहन महाला' मध्ये तत्कालीन चित्रशैलीचे अनेक उत्कृष्ट नमुने आहेत. कृष्णराज-चतुर्थ यांनी राजा रविवर्मा याचे दरबारात स्वागत करून त्यांच्याकडून अनेक चित्रे तयार करविली. यानेच 'श्री चामराजेन्द्र कला विद्यालय' स्थापन केले. व चित्र, शिल्प आदी शिक्षणाची सोय केली. या सुमारास केशवय्या, वेंकटप्पा हे प्रसिद्ध चित्रकार झाले. आजही नागराजु, वीरप्पा, एस.एन.स्वामी, कृष्ण हेब्बार आदी चित्रकार प्रसिद्ध आहेत. विख्यात व्यंगचित्रकार आर. के. लक्ष्मण हे देखील कर्नाटकाचे आहेत.

रंगोली

कर्नाटकातही घरापुढचे अंगण सडासंमार्जन करून विविध रांगोळ्यांनी सुशोभित करण्याची प्रथा आहे. दिवाळीसारख्या सणावाराला तर रांगोळ्यांची विशेष शोभा दिसते. मंदिरे, घरातील देवघर, फार काय चुली-स्वयंपाकघरदेखील रांगोळ्यांनी सजवले जाते. कर्नाटकात रांगोळीला 'रंगोली ' असे म्हणतात. शिरगोळ्याची बारीक भुकटी यासाठी बहुतेक ठिकाणी वापरली जाते. ठिपके देऊन मग रांगोळीच्या विविध आकृत्या रेखल्या जातात. काही ठिकाणी तांदळाची पातळ पिठी व चुनखडीदेखील वापरतात. घरांच्या सारवलेल्या भिंतीवरही आकृत्या काढतात. नागपंचमीसारख्या विशिष्ठ दिवशी नागांच्या आकृत्या काढतात तर मेजवानीच्या वेळी पानाभोवती सुरेख बेलबुट्ट्या चितारतात. महालक्ष्मीच्या आगमनाच्यावेळी घरभर पावले काढतात. ठशांच्या साहाय्यानेही विविध प्रकारची रंगोली रेखतात.

वास्तू-शिल्प

कर्नाटक वास्तुकला व शिल्पकला या प्रांतातही प्राचीन काळापासून विख्यात

कलाप्रिय कर्नाटक / ५५

रंगोली

आहे. अनेक प्राचीन वास्तुकलेचे व शिल्पांचे नमुने अवशेष रूपाने आजही सर्वत्र पाहायला मिळतात. कर्नाटकामध्ये जी मंदिरे बांधली गेली आहेत. ती कदंब, गंगं, होयसळ व विजयनगर राजांनी जुन्या शास्त्रीय वास्तू पद्धतीनुसार बांधून घेतली आहेत. या राजांनी वास्तू व शिल्प या कलांना पुष्कळच उत्तेजन दिले.

शिल्पकलेच्या संदर्भात तज्ज्ञांचा अभिप्राय असा आहे की, केवळ भारतीयच नव्हे तर विश्वशिल्पकलेत मौलिकता व नूतनता आजही याची साक्ष देत आहे.

कर्नाटकातील प्राचीन मंदिरामधून शिल्पकलेचे सुंदर नमुने आढळतात. 'वनवासी' चे मंदिर फार प्राचीन काळच्या शिल्पकलेची आठवण करून देते परंतु कर्नाटकाच्या शिल्पकलेचा वास्तविक विकास अशोकाच्या सातवाहनांच्या काळात झाला. ते जैन व बौद्ध धर्मविस्ताराचे युग होते. बौद्ध-चैत्यालय, विहार, व लेणी या काळात निर्माण झाली.

ऐहोळे, पट्टदकल्लू व बादामी येथील मंदिरे प्रसिद्ध आहेत. कदंब व चालुक्य यांच्या राजवटीत शिव आणि विष्णू यांची मंदीरे निर्माण झाली. कदंब राजवटीत जैन शैलीचा प्रादुर्भाव झाला. गंग राजवटीत या शैलीचा प्रसार सर्व कर्नाटकभर झाला. होयसळांच्या कारकीर्दितही ही कला भरभराटीत होती. विजयनगरच्या काळात या कलेत नवीन शैलीचा विकास झाला. व तिच्यावर दक्षिणेतील द्राविड शिल्पकलेचा प्रभाव लक्ष वेधून घेऊ लागला.

कदंब, गंग, अथवा जैन, चालुक्य, होयसळ व विजयनगर अशा पाच प्रमुख शैलींनी कर्नाटकमधील शिल्प नटलेले आहे.

चालुक्य शैलीतील मंदिरे उत्तर कर्नाटक, बादामी, ऐहोळे, पट्टदकल्लू, लकुणि , कूकुनूर, इट्टिगी,कूरुवट्टि इत्यादी ठिकाणी आढळतात. चालुक्य शैलीतील

मंदिराची रचना विमान(गाभारा), मुखमंडप, महाद्वारावर गोपूर, हजारा व द्वारमंडप अशा पाच भागांत केलेली असते. 'कग्गलु' (ग्रनाईट) पथ्थर यासाठी

वापरतात.

कर्नाटकाच्या शिल्पकलेत जैनधर्मीयांची मोठीच मौलिक भर घातलेली आहे. श्रवणबेळगोळ येथील ५६ फूट उंचीची, अखंड शिलेची गोमटेश्वराची सुंदर मूर्ती ही एक थक्क करणारी गोष्ट आहे! एणूरची मूर्ती ३५ फूट उंचीची आहे. गंग राजा राजमल्ल याचा मंत्री चावुंडराय याने १० व्या शतकात अरिष्टनेमी नामक शिल्पीकडून मूर्ती तयार करविली असे सांगतात.

राष्ट्रकूट सम्राट कृष्ण याच्या काळी वेरूळची लेणी, तर चालुक्य राजा पुलकेशी याच्या काळी अजिंठ्याची लेणी व चित्रकला झाली असे सांगतात. वेलूर, हळेबीड, सोमनाथपूर येथील शिल्पात व मूर्तीत कन्नड संस्कृती, धर्म, इतिहास यांचे दर्शन घडते.

हंपी अथाव विजयनगरमधे दोन हजार मंदिरे होती असे सांगतात. आज काही मंदिराचे भग्नावशेष फक्त दिसतात. हंपी येथील 'शिलारथ' पाहून मन मुग्ध होते!

विजयनगरच्या मंदीरांमध्ये अत्यंत प्रसिद्ध मंदिर आहे. विजयविठ्ठलाचे याची तुलना वेरूळच्या कैलास मंदिराशी केली जाते. कृष्णदेवरायाच्या काळी या मंदिराच्या कामाला सुरवात झाली आणि अच्चुतराय व सदाशिवराय याच्या काळी ते पूर्ण झाले. या मंदिराचे शिल्पसौदर्यं अपूर्व आहे!

जकणाचारी, दासोज, मदुवण्ण इत्यादी कन्नड शिल्पशास्त्रींची नावे विख्यात आहेत.

कलाकुसर

बंगलोरची रेशमी वस्त्रे, साड्या जेवढ्या प्रसिद्ध आहेत. तेवढ्याच म्हैसूरच्या चंदनी व हस्तीदंती वस्तू विख्यात आहेत. या वस्तूंवरील नाजूक नक्षीकाम पाहून आश्चर्य वाटले. गोकाकची रंगीत लाकडी खेळणी वेधक असतात. सोन्या-चांदीची व खड्यांची आभूषणे उत्कृष्ट असतात.

★★

६. स्थलयात्रा

कर्नाटकचे लोकजीवन व कलाजीवन जसे वेधक आहे, तसेच स्थलदर्शनही प्रेरणादायी आहे. प्राचीन पुण्यक्षेत्रांप्रमाणे आधुनिक तीर्थक्षेत्रेही येथे आहेत.

बंगलोर

कर्नाटकाची राजधानीच या देखण्या शहरात आहे. दक्षिणेतील एक महत्त्वाचे स्थळ बंगलोर आहे. रेल्वे, बस,वा विमान या मार्गाने बंगलोरला जाता येते. भौगोलिक दृष्ट्या हे शहर दक्षिणेत जवळजवळ मध्यवर्ती वसलेले आहे.सर्व ऋतू येथे सुखदायक वाटतात. शहरात अनेक भव्य व सुंदर वास्तू उभ्या आहेत. सचिवालयाची नवीन वास्तू प्रेक्षणीय आहे. तिला 'वैधानसौद' म्हणतात. शासकीय मध्यवर्ती वाचनालय अद्यावत आहे. शासकीय वस्तुसंग्रहालय, टाऊन हॉल, श्रीकृष्णराजेन्द्र मार्केट, रवींद्र कलाक्षेत्र, दि इंडियन इन्सस्टिट्यूट ऑफ सायन्स, दि गव्हर्नमेंट पॉलिटेक्निक, विश्वेश्वर- अय्या इंडस्ट्रियल अँड टेक्नॉलॉजीकल म्युझियम इत्यादी संस्थांच्या वास्तू प्रेक्षणीय आहे. व त्यांचे कार्य उद्बोधक आहे.

बंगलोर शहराची रचना आकर्षक आहे. प्रशस्त रस्ते आणि उद्याने आहेत. 'गार्डन सिटी' उद्याननगरी असेच बंगलोरला म्हटले जाते. 'कब्बन पार्क' या लोभस हिरव्यागार उद्यानाचा परिसर सुमारे दीड मैलाचा आहे. बँड स्टँड, संगमरवरी चबुतरा, म्युझियम, ग्रंथालय अशा विविध सोयी येथे आहेत.

'लालबाग' हे बंगलोरमधील आकर्षण स्थळ आहे. हैदरअली व टिपू सुलतान यांनी ही विशाल म्हैसूरच्या महाराजांना नजर केली होती, असे म्हणतात. नानाप्रकारचे वृक्ष व लता येथे आहेत. चिडियाघर, मुद्दाम बनवलेल्या टेकड्या व वाहते झरे, पुष्करिण्या, कारंजी मन मोहून टाकतात.

दरवर्षी येथे फुलांचे लोभस प्रदर्शन भरते. येथील 'काच-घर' ही प्रेक्षणीय आहे. 'गंगाधरेश्वर मंदिरे' चामराज वाडियारचा पुतळा, केम्पेगौडा टॉवर, राजमहाल,

विधानसौद-बंगलोर

कुमार पार्क, टिपूचा किल्ला, रसेल मार्केट इत्यादी स्थळेही पाहण्यासारखी आहेत.

बंगलोर नगरी जशी उद्याननगरी आहे, तशी 'उद्योगनगरी' देखील आहे. नव्या जुन्याचा जसा येथे संगम दिसतो. तशीच सृष्टीसौंदर्य व मानवी श्रम यांचा मेळ आढळतो. 'भारत इलेक्ट्रॉनिक्स', 'हिंदुस्तान मशीन टुल्स', 'इंडियन टेलिफोन इंडस्ट्रीज,' हे उद्योग व प्रसिद्ध विमान कारखाना येथे आहे. 'रमण रिसर्च इन्सिट्यूट ऑफ सायन्स' इत्यादी विख्यात वैज्ञानिक संशोधन केन्द्रेही येथे आहेत.

म्हैसूर

कर्नाटकामधील आखीव रेखीव अशी ही पूर्वीची राजनगरी आहे. संस्थान विलीन झाले, पण त्या गतवैभवाच्या खुणा सर्वत्र दिसतात. याला 'भारताची इन्द्रपुरी' असे म्हटले जाते. राजमहाल, उद्याने, मंदिरे भव्य व कलापूर्ण आहेत. म्हैसूरच्या राजमहालात तऱ्हेच्या दालनांनी व कक्षांनी युक्त आहे. प्रत्येक द्वार, छत, कमान कलापूर्ण नक्षीकामाने अलंकृत केलेली आहे. विवाह मंडपामध्ये दसऱ्याच्या वेळी होणाऱ्या महोत्सवाची चित्रे आहेत. ही चित्रे एवढी सुंदर व जीवंत आहेत की पाहाणाराला दसरा महोत्सवाची मिरवणूकच पाहात आहोत असे वाटते.

नगरीच्या बाहेर 'चामुंडी हिल' नावाची टेकडी आहे. टेकडीवर म्हैसूरच्या राजघराण्याची कुलदेवी 'चामुण्डी' अथवा 'दुर्गा' ह्या देवीचे मंदिर आहे. टेकडीवर पाषाणाचा प्रचंड भव्य नन्दी आहे. हा नंदी सुमारे सोळा फुटांचा असून एका अखंड

शिळेतून कोरलेला आहे.

टेकडीवर दुसरी अनेक मंदिरे व तलाव आहेत. 'ललित महाल' नावाचा भव्य राजवाडा मार्गावरच आहे. तसेच महाराजांचा 'समर पॅलेस ' ही येथे आहे. उन्हाळ्यात या वास्तूत महाराज राहतात.

दसऱ्याचेवेळी देवीचा फार मोठा उत्सव म्हैसूर शहरात साजरा होतो. त्यावेळी महाराज हत्तीवर सोन्याच्या अंबारीतून मिरवणूकीत भाग घेतात. आणखीही पुष्कळ आकर्षणे असतात. म्हैसूरचा दसरा सर्व भारतात विख्यात आहे.

येथील 'प्राणी संग्रालयात ' व विविध प्रसिद्ध चित्रकरांच्या चित्रांचा संग्रह असलेली जगन्मोहन पॅलेसमधील 'आर्टगॅलरी ' प्रेक्षणीय आहे.

वृंदावन बाग

म्हैसूर शहरापासून बारा मैलांवर कृष्णराज सागर नावाचा प्रचंड बंधारा आहे. याची लांबी सुमारे सव्वा मैल असून जलाशयाचे क्षेत्रफळ ५० चौरस मैल आहे. यातील पाण्याने तत्कालीन म्हैसूर संस्थानातील भूमी समृद्ध करण्याची ही योजना होती.

कृष्णराज सागरच्या जवळच 'नंदनवन' नावाची सुप्रसिद्ध वृन्दावन बाग आहे. धरणातील पाण्याचा उपयोग करून या उद्यानात नाना तऱ्हेच्या रंगीबिरंगी फुलांबरोबर विपुल कारंजीही बनवलेली आहेत आणि त्यातही विद्युत दीपांचा वापर केलेला आहे. हे उद्यान पाहून मन मुग्ध होऊन जाते. ही कर्तबगारी मोक्षगुंडम् विश्वेश्वरैय्या यांची आहे हे कोलार जिल्ह्यातले. इंजिनियर झाल्यावर अनेक उच्चपदांवर त्यांनी काम केले. मुख्य इंजिनियर, म्हैसूर व जयपूर संस्थानचे दिवाण म्हणूनही यांनी केले म्हैसूरचे मुख्य इंजिनियर असतानाच यांनी कृष्णराय सागराचा बंधारा बांधला व वृंदावन बाग तयार केली. म्हैसूरच्या रेखीव उभारणीही यांच्या प्रतिभेचा व ज्ञानाचा मुख्य भाग आहे. तंत्र कौशल्य व सौदर्य दृष्टी अशी अपूर्व देणगी यांना लाभलेली आहे. देशाला अनेक ठिकाणी यांच्या तंत्रज्ञानाचा फायदा मिळालेला आहे. भारताच्या राष्ट्रपतींनी 'भारतरत्न' ही सर्वोच्च गौरव पदवी विश्वेश्वरैय्यांना १९५५ साली दिली. शतायुषी जीवन जगून ते १४ एप्रिल १९६२ रोजी बंगलोर येथे निधन पावले .

भारतरत्न विश्वेश्वरैया

चन्नकेशव मंदिर -बेलूर

सोमनाथपूर

म्हैसूर पासून सुमारे २५ मैलांवर हे गाव आहे. होयसळ राजांनी बांधलेल्या तीन मंदीरांपैकी एक येथे आहे. तेराव्या शतकातील हे मंदिर नक्षत्राकृती असून यांच्या भींतीवर हत्ती, हंस, नर्तक, गायक इत्यादी विविध आकृती तसेच पुराण कथा शिल्पित केलेल्या आहेत.

बेलूर

होयसळांनी बांधलेले दुसरे मंदिर येथे आहे. हसन व श्रवणबेलगोळ त्यांचे नजीक बेलूर आहे. येथील मंदिराला चेन्नकेशव मंदिर म्हणतात. याचे शिल्पसौदर्य अपूर्व आहे. हे मंदिरही नक्षत्राकृती असून एका चबुतऱ्यावर बांधलेले आहे. मंदिरातील भिंती देवदेवतांच्या पुराणकथांच्या सुंदर शिल्पांनी नटलेल्या आहेत. गायक, नर्तक, व विविध अलंकरण सर्वत्र कोरलेले आहेत. द्वारांवरती गरूड,सर्प, देवता, दानव ही सर्व शृष्टीच शिल्पीत झालेली आहे. बेलूरचे चेन्नकेशव मंदिर मानवी श्रमाचे व कालाकृतीचे विलक्षण सुंदर प्रतीक आहे.

हळेबीड

बेलूरपासून दहा मैलांवरच हळेबीड आहे. हळेबीड म्हणजे 'जुने घर' होयसळ राजांनी ८०० वर्षापूर्वी येथे राजधानी होती. बेलूरच्या चिन्नकेशव मंदिराची निर्मिती झाल्यानंतर दहा वर्षांनी येथल्या मंदिराची कामाला प्रारंभ झाला. ऐशी वर्षे हे काम हे मंदिर देखील नक्षत्राकृती असून बेलूर व सोमनाथपूरच्या मंदिरापेक्षा दुप्पट

शिवमंदिर -हळेबीड

मोठे आहे. येथील शिल्पकला पाहून मन थक्क होते! कलाकारांनी पाषाणात काव्य खोदले आहे, दगडांना बोलके केले आहे, असे वाटते! हत्ती, घोडे, सिंह इत्यादी विविध पशू, पुराण-कथा, देवदेवता, अप्सरा , नाना तऱ्हेची अलंकरणे इत्यादींनी हे पत्थर जिवंत झालेले आहेत. सुमारे दोनशे ऐंशी मूर्ती या मंदिरात आहेत.

जवळच केदारेश्वराचे मंदिर आहे. तेही शिल्पसौंदर्याने नटलेले आहे!

श्रीरंगपट्टण

ही एक प्राचीन ऐतिहासिक नगरी आहे. सतराव्या व अठराव्या शतकात हैदरअली व टिपू सुलतान यांनी येथून राज्य केले. तत्कालीन किल्ला असून या किल्ल्याचा प्रवेश द्वारापुढेच इंग्रजांशी लढता लढता टिपूने आपले बलिदान केले. येथील श्रीरंगनाथ मंदिर फार प्रसिद्ध असून ते पाचशे वर्षांचे जुने आहे. शेषशायी भगवानांची प्रचंड प्रेक्षणीय मूर्ती येथे आहे. येथील जामा मशीदही प्रेक्षणीय मूर्ती आहे. येथील मशीदही प्रेक्षणीय आहे. टिपूचा उन्हाळी महाल, दरिया दौलतबाग महाल, ही स्थळे सुंदर आहेत.

श्रवणबेळगोळ

हे जैन धर्मियांचे प्रमुख तीर्थस्थान आहे. येथील टेकडीवर जैन साधु गोमटेश्वर बाहुबलीची छप्पन्न फूट उंचीची भव्य मूर्ती आहे. एकाच अखंड शिलाखंडाची बनवलेली ही प्रमाणबद्ध आकृती पाहून पाहणारा आश्चर्यचकित होतो! मानवी कलासामर्थ्याच्या दर्शनाने थक्क बनतो ! गंग राजवटीत जैन धर्माला पुष्कळ

राजमल्ल लाभला होता. दहाव्या शतकात राचम्मल राजाचा मंत्री चावुंडराय याने ही मूर्ती अरिष्ठनेमी नामक शिल्पकारांकडून घडविली.

गोमटेश्वरांच्या पायथ्याशी मराठी शिलालेख आहे. मराठीमधील हाच पहिला उपलब्ध शिलालेख मानला जातो.

गोमटेश्वराच्या मूर्तीला बारा वर्षांतून एकदा मूर्धाभिषेक केला जातो. त्यावेळी फार मोठा उत्सव होतो. हजारो जैन लोक येथे येतात. मूर्ती भोवती एक उंच मचाण बनवतात. व त्यावरून शेकडो घडे दुध, दही मध यांचा अभिषेक केला जातो! एवढी उंच मूर्ती इजिप्तमधेच काय, सर्व जगात नाही असे म्हणतात.

येथील इंद्रगिरी पर्वतावरही मंदिरे आहेत. जैन साधूंच्या तपश्चर्येच्या जागाही आहेत. सम्राट चंद्रगुप्त मौर्य उत्तर वयात येथेच आला होता. अशी आख्ययिका आहे.

मेलकोटे

हे दक्षिणेतील एक प्रमुख तीर्थक्षेत्र मानले जाते. रामानुजाचार्य येथे सोळा वर्षे राहात होते. याला यादवगिरी असेही म्हणतात. येथे स्वामी संपतकुमार यांचे मंदिर आहे.मंदिरात विष्णू-नारायणाची सुंदर मूर्ती आहे, जवळच 'पंचतरणी ' अथवा 'वेदपुष्करणी' नामक तीर्थ आहे. पर्वतावर योग नरसिंहाचे मंदिर आहे.

श्रृंगेरी

तुंगभद्रेच्या काठी श्रृंगेरी मठ आहे. आद्य शंकराचार्यांनी प्रतिष्ठापित केलेल्या मठांपैकी हे एक प्रमुख पीठ आहे. श्री चंद्रमौलीश्वराची पूजा येथे होते. जवळच डोंगरावर विभांडकेश्वर नामक शिवमंदिर आहे. विभांडक ऋषींनी ह्या शिवलिंगांची स्थापना केली अशी आख्यायिका आहे.

उडुपी

कर्नाटकातील हे आणखी एक प्रमुख तीर्थक्षेत्र आहे, याला जुन्याकाळी 'उडुपा ' असे म्हणत असत. याचा अर्थ 'नक्षत्रांचा पालक चंद्र' असा होते. चंद्राने जेव्हा शिवाची तपस्या केली तेव्हा चंद्रमौलीश्वराच्या रूपात शिवाने दर्शन दिले अशी पुराणकथा आहे. याला 'रजतपीठपूर', 'रौप्यपीठपूर ' अथवा 'शिवाली' अशीही नावे आहेत. मध्वाचार्यांचे आठ मठ येथे असून मध्वसंप्रदायाचे हे धर्मपीठच मानले जाते.

गोकर्ण

एकदा ब्रह्माने सृष्टी निर्मितीचे कार्य रुद्रावर सोपविले. सात्त्विक प्रकृतीची सृष्टी निर्माण करण्याच्या उद्देशाने रूद्र पाताळ लोकात तपश्चर्येसाठी गेला. कित्येक हजार वर्षे उलटली ; पण रूद्र काही परतला नाही. तेव्हा ब्रह्मानेच सृष्टी निर्माण करून टाकली. ही वार्ता कळताच रुद्राला राग आला. भूमातेला शांत होण्यासाठी प्रार्थना

केली महाबलेश्वर रुद्र मग सूक्ष्म रुप धारण करुन क्रुद्धस्वरूप पाहून भूमातेच्या कानातून बाहेर पडला. म्हणून या स्थानाला कोकर्ण असे नाव पडले, भोलानाथाची रूद्रयोनी असेही या स्थानाला म्हटले जाते. या तीर्थस्थाना बद्दल अशा अनेक आख्यायिका प्रचलित आहेत. आजही हजारो भक्त, यात्रिक येथे येत असतात. हिंदूंचे हे एक पवित्र तीर्थस्थान मानले जाते.

ऐहोले

जैन आणि हिंदू धर्मियांची मंदिरे येथे आहेत. 'मेगुती ' नामक पाषाणांचे बनवलेले जैन मंदिर आहे. हे सातव्या शतकातील आहे, असे सांगतात. हिंदूंचे दुर्गा मंदिर शिल्प व वस्तुकला या दृष्टीने काव्य व कलात्मक आहे. ही वास्तुकला मध्ययुगीन आहे. लेण्यातील मंदिरेही प्रेक्षणीय आहेत; व त्यांची शिल्पशैली पल्लवकालीन आहे. शिल्प व वास्तुकलेच्या संदर्भात ऐहोले हे प्रेक्षणीय स्थळ आहे.

विजापूर

बहामनी सुलतानांची येथे राजधानी होती. त्यामुळे पुष्कळशा मशिदी, मकबरे, महाल आजही येथे दिसतात. वस्तुरही मुसलमानी छाप दिसते. येथील वास्तुकला पौर्वात्य मुसलमानी संप्रदायाची आहे. तिच्यावर तुर्की प्रभावही स्पष्ट दिसतो. काही वास्तूमध्ये हिंदू-मुस्लिम वास्तुकलेचे मिश्र रूप दिसते. 'गोल-घुमट' ही देखील विख्यात वास्तू आहे. मुहंमद आदिलशहाच्या कारकिर्दीत गोलघुमटाची निर्मिती झाली. हा विशाल घुमट सर्व जगात दुसऱ्या क्रमांकाचा मानला जातो. याचा व्यास एकशेचोवीस फूट आहे. यांच्या प्रवेशद्वारात अनेक कमानीअसून आतही चार प्रचंड रंगीत कमानी आहेत. असून आतही चार प्रचंड रंगीत कमानी आहेत. एका आवाजाचा सात वेळा प्रतिध्वनी येथे ऐकायला मिळतो.

आदिलशहाचा पिता इब्राहिम याचाही एक मकबरा येथे आहे. याच्या भिंती, खिडक्या सुंदर आहेत.

'असर-ए-शरीफ','गगनमहाल', 'आनंद महाल', 'सात मजली महाल', 'चिनी महाल' इत्यादी जुने महाल पुष्कळ आहेत.

विजापूरची जुम्मा मशीदही फार प्रसिद्ध आहे. मशीदीवरील विशाल भव्य घुमट लक्ष वेधून घेतात.

बादामी

विजापूरनजीकच बादामी आहे. येथील शिल्पकलाही फार प्रसिद्ध आहे. बनशंकरी देवीचे तीर्थस्थानही येथे आहे.

हंपी

गोलघुमट -विजापूर

विजयनगर उर्फ 'हंपी' हे ऐतिहासिक स्थान होस्पेटपासून दहा मैलांवर आहे. रामायणकाली या ठिकाणाला 'किष्किंधा' म्हणत असत, असे उल्लेख सापडतात. विजयनगरचे हिंदूसाम्राज्य म्हणजे दक्षिण भारतातील 'सुवर्णकाल' म्हणूनच प्रसिद्ध आहे. सुमारे चारशे वर्षे ही नगरी राजधानी होती. त्या काळातील त्या साम्राज्याचे वैभव येथील असंख्य अवशेषांवरून लक्षात येते., व हळहळ वाटते.

इटालियन प्रवासी मार्को पोलो व फारस देशीचा राजदूत अब्दुल रजाक यांनीही या नगरीच्या वैभवाची प्रशंसा केलेली आहे.

आज उभ्या असलेल्या भग्नावशेषातूनही राजवाडे, किल्ले, मंदिरे, मूर्ती उध्वस्त स्वरूपात दिसतात.

विरूपाक्ष मंदिर माल्यवान पर्वत, ऋष्यमूक पर्वत, विठ्ठल मंदिर हेमकूट पर्वत, अनेक लेणी, अखंड शिला-रथ, संन्याशाची टेकडी इत्यादी स्थळे प्रेक्षणीय आहेत.

विरूपाक्ष मंदिराच्यापुढे एक सुंदर मंडप असून गाभाऱ्यात शिवलिंग व पुढच्या मंडपात भुवनेश्वराची मूर्ती आहे. जवळच पार्वती, गणपती व नवग्रह ह्या देवता आहेत. ह्या मंदिरापुढे तुंगभद्रेचा प्रवाह खळाखळ वाहतो. आहे मंदिराच्या

स्थलयात्रा / ६५

मागच्या भागात या नगरीचे संस्थापक स्वामी विद्यारण्य यांची समाधी व मूर्ती आहे. उत्तरेला हेमकूट पर्वत आहे. तेथे पुष्कळ लेणी आहेत. माल्यवान पर्वतावरील लेण्यात राममंदीर आहे, तेथे सप्तऋषींच्याही मूर्ती आहेत.

या परिसराजवळच ऋष्यमूकपर्वत, मातंगपर्वत, गंदमाधनपर्वत, चक्रतीर्थ, शीतकुंड इत्यादी प्रेक्षणीय स्थळे आहेत. ही सर्व स्थळे ही रामायणकालीन आहेत.

येथील विठ्ठलनाथ स्वामींचा महाल फारच कलात्मक आहे. त्यात अनेक मंदिरे व मंडप आहेत. एक शिलारथ आहे. तसेच एका शिळेतून सप्तस्तंभ कोरलेले असून त्यांतून सत्पस्वर उमटतात! अद्भूत शिल्पकला आहे. पाहून मन स्तिमीत होते!

सुमारे तीन मैलांच्या अंतरावर राजमहल, स्नानागार, हजार- राममंदीर ही स्थळे पाहण्यासारखी आहेत. मंदिराच्या भिंतीवर विष्णूच्या दशावताराची व रामलीलेची सुंदर चित्रे रेखलेली आहेत. जवळच एक टेकडी दिसते; तेथे विद्यारण्यस्वामींनी तपस्या केली होती.

तुंगभद्रेच्या पैलतीरावर आनेगोंदी हे गाव दिसते. विजयनगर साम्राज्याचा पाया प्रथम येथे घातला गेला. आनेगोंदीपासून दोन मैलांवर पंपा सरोवर आहे.

सुमारे चोवीस मैल क्षेत्रफळाच्या भूमीवर ही नगरी वैभवाने पसरलेली होती. आज फक्त अवशेष दिसतात!

कर्नाटकामध्ये अशी अनेक स्थळे पाहण्यासारखी आहेत. धारवाड, हुबळी, बेळगाव ही शहरे, जगप्रसिद्ध जोगचा धबधबा, कारापूरचे जंगल व तेथील हत्ती पकडण्याचा खेड्डा, कुर्ग, मंगलोर बंदर, तुंगभद्रा धरण इत्यादी जुनी-नवी कितीतरी स्थळे आहेत!

★★

७. विकासोन्मुख कर्नाटक

स्वातंत्र्योत्तर देशात स्वराज्याचे सुराज्य करण्यासाठी प्रयत्न सुरू झाले. नियोजन मंडळाची स्थापना झाली. पंचवार्षिक योजनांची आखणी झाली. कर्नाटकही विकासकार्यात मागे राहिला नाही.

कर्नाटकात शेती हाच प्रमुख व्यवसाय आहे. सुमारे ६५ टक्के लोक शेतीवर अवलंबून आहेत. एकूण १९३ लाख हेक्टरपैकी १०६ लाख हेक्टर जमीन कसण्यायोग्य आहे. देशात तेलबियांच्या उत्पादनात कर्नाटकाचा क्रमांक सातवा आहे. शेतीमालाच्या उत्पादनावरच भर देण्यात आला. कर्नाटकात विविध प्रकारची व दर्जाची जमीन आहे. तसेच हवामान, पाऊस, पाणीही, भिन्न भिन्न ठिकाणी, भिन्न भिन्न प्रकारचे आहे. परंतु असे असले तरी शेती उत्पादनाच्या दृष्टीने जमिनीचे संरक्षण, तिची उपजतक्षमता इत्यादी गोष्टींकडे लक्ष पुरविण्यात आले असून सुमारे वीस दशलक्ष एकर जमिनीची या पद्धतीने काळजी घेण्यात आली आहे. उत्पादनवाढीसाठी हायब्रीड ज्वारी, मेक्सिकन गहू इत्यादी पिकांखाली ३,६३,००० हेक्टर जमीन आतापर्यंत आणलेली आहे. खत, पाणी, जंतु व रोगनाशके यांचा पुरवठा व मार्गदर्शक शेतकऱ्यांना सुलभ रीतीने मिळण्याची सोय शासनाने केली आहे. जुनी, परंपरागत शेतीची पद्धत सोडून नव्या अवजारानिशी ; नव्या बियाण्यांची, खत-पाण्याची पद्धती शेतकऱ्यांना आता पटली असून ते तिचा मोठ्या प्रमाणावर वापर करीत आहेत. त्यांची यांत्रिक शेती-अवजारांची गरज भागविण्यासाठी राज्याने 'ॲग्रो-इंडस्ट्रीज कार्पोरेशन' ही संस्था स्थापन केली आहे. बँकांकडून कर्जपुरविठ्याचीही सोय केलेली आहे. या प्रयत्नामुळे १९९०-९३ साली अन्नधान्य उत्पादनाचे प्रमाण जे ७६.०४ लाख टन होते, ते १९९३ -९६ मध्ये ८४.९६ लक्ष टनांवर गेले होते.

वीज ही एक उत्पादनातली, आजच्या काळातली मुख्य गरज झाली आहे व ही भागवण्याचा समाधानकारक प्रयत्न राज्याने केला आहे. 'शरावती हैड्रो-इलेक्ट्रिक

शरावती हायड्रो इलेक्ट्रिक पॉवर

प्रॉजेक्ट आशियातील मोठी अशी विद्यूतनिर्मीतीची योजना राज्यात झाली. वीज निर्मितीची योजना राज्यात झाली. वीज-निर्मीतीची दहा युनिट्स असून प्रत्येक युनिटची वीज निर्मितीची क्षमता ८९,१०० किलोवॅट इतकी आहे.

'कालिंदी प्रकल्प' ही आकार घेत आहे.

१९५० -५१ साली केवळ ४७३ मोठ्या व मध्यम शहरांना विजेचा लाभ होत होता; पण आता नवीन प्रकल्पामुळे नवीन २३१ शहरांना व ८,३२८ खेड्यांना विद्युत दीपांनी उजळून टाकले आहे. उरलेली सर्व गावे पुढील पाच वर्षांच्या अवधीत उजळून टाकण्याची महत्वाकांक्षी योजना आहे.

केवळ प्रकाशनच नव्हे तर शेतीसाठीही विजेचा वापर होत आहे. १९५६ साली राज्यात जिथे ७,९२३ पंप होते. तिथे आता १, ३०, ८२० पंप कार्यान्वित झालेले आहेत. राज्यातील सर्वच्या सर्व खेड्यांमध्ये, म्हणजे १०० टक्के वीज पोचली आहे. असे ३१ मार्च १९८९ ची सरकारी नोन्द आहे.

कर्नाटक राज्यात विद्यूतनिर्मीतीची एकंदर क्षमता १३,४६५मेगावॅट असून त्यापैकी ६३५५.६५ मेगावॅट औष्णिक, २५४.८६ मेगावॅट जलविद्युत तर ३२५५.१३ मेगावॅट अपारंपारिक स्त्रोतांतून मिळणारी वीज आहे.

शेतीसाठी पाणीपुरवठा ही एक महत्त्वाची बाब लक्षात घेऊन राज्यात लहान-

मोठे बंधाऱ्याचे प्रकल्प योजलेले आहेत.

तुंगभद्रा नदीवर मल्लापुरम् येथे बांधलेल्या धरणामुळे कर्नाटक व आंध्र राज्यातील ४.२ लक्ष हेक्टर जमीन पाण्याखाली आली आहे.

याच बरोबर दोन विद्यूतगृहेही उभारलेली असून त्यांची विद्युतनिर्मीतीची क्षमता १८,००० किलोवॅट इतकी आहे. या शिवाय ज्या राज्यात 'घटप्रभा प्रकल्प ','हेमावती प्रकल्प', 'भद्रा प्रकल्प', 'अप्पर कृष्णा प्रकल्प', 'कालिंदी प्रकल्प', 'मलप्रभा प्रकल्प' इत्यादी प्रकल्पही कार्यान्वित होत आहेत.

पहिल्या योजनेच्या प्रारंभी कालव्याच्या पाण्याखालील क्षेत्र ६.८९ लाख हेक्टर होते ते तिसऱ्या योजनेच्या अखेरीस १२ लाख हेक्टरपर्यंत वाढले आहे.

औद्योगिक क्षेत्रातही कर्नाटकने बरीच प्रगती केली आहे. अनेक लहान मोठ्या कारखान्यांचे जाळे बंगलोर, म्हैसूरसारख्या शहरांमधून निर्माण झाले आहे. बंगलोरमधील 'इंडियन टेलिफोन इंडस्ट्री', 'हिंदूस्तान मशीन टूल्स', 'भारत इलेक्ट्रोनिक्स', 'हिंदुस्तान एरॉनॅटिक्स ' इत्यादी महत्त्वपूर्ण व प्रचंड कारखाने राज्यात अस्तित्वात आले आहेत.

राज्यात ११ साखर कारखाने, ५ सीमेंट फॅक्टरीज, ॲल्यूमिनियम फॅक्टरी, खत कारखाना इत्यादी किती तरी नवनवीन उदयोग उभे राहिलेले असून आणखीही उभे राहत आहेत. होस्पेटनजीक 'विजयनगर पोलाद कारखाना' ही उभा राहात आहे.

शेती आणि उद्योगधंदे यांच्या विकासासाठी व माणसांच्या वाहतुकीसाठीही दळणवळणाची सोय हवी असते, हे लक्षात घेऊन राज्यात सर्वत्र चांगल्या सडका झाल्या असून वाहनांचीही विपुलता आहे.

खनिज व जंगल संपत्तीचा उपयोग करून घेण्याचेही विविध प्रयत्न चालू आहेत.

या राज्यातील साक्षरतेचे प्रमाण गेल्या दहा वर्षात २००१पासून २०११ पर्यंत ६७ टक्क्यांपासून जवळ जवळ ७६ टक्क्यांपर्यंत वाढले. शिक्षण क्षेत्रातील काही अग्रगण्य संस्था या राज्यात आहेत. उदाहरणार्थ- इंडियन इस्ट्यिटयूट ऑफ सायन्स, बंगळुर, इंडियन इन्सिट्यूट ऑफ मॅनेजमेंट, बंगळुरू, नॅशनल इन्स्टिटयूट ऑफ टेक्नॉलॉजी, कर्नाटक आणि नॅशनल लॉ स्कूल ऑफ इंडिया युनिर्व्हसिटीज. मार्च २००६ मध्ये कर्नाटकात ५४,५२९ प्रार्थमिक आणि ९४९८ माध्यमिक शाळा होत्या. दोन्ही मिळून शिक्षकांची संख्या जवळजवळ साडेतीन लाख होती तर विद्यार्थ्यांची संख्या ९८ लाख होती. विजापूर येथे एक सैनिक स्कूल पण आहे. येथील प्रमुख युनिव्हर्सिटीज् म्हणजे बंगलुरू, गुलबर्गा, कर्नाटक,कुवेम्पु, मंगलुरू आणि

विकासोन्मुख कर्नाटक / ६९

म्हैसूर या होत. या युनिव्हर्सिटीज च्या अंतर्गत ४८१ महाविद्यालयांतून पदवी व पदव्युत्तर शिक्षणाचा लाभ विद्यार्थ्यांना दिला जातो. १९८८ पासून सर्व इंजिनीयरिंग महाविद्यालये विश्वेश्वरय्या टेक्नॉलॉजिकल युनिव्हर्सिटींच्या अंतर्गत आणखी असून त्यांचे मुख्य कार्यालय बेळगाव येथे आहे. सर्व वैद्यकीय शिक्षण राजीव गांधी युनिव्हर्सिटी ऑफ हेल्थ सायन्सेसच्या अंतर्गत आणले आहे. सध्या राज्यात एकंदर १८६ इंजिनियरिंग, ३९ मेडिकल आणि ४१ डेंटल महाविद्यालये आहेत. शिक्षणाचे माध्यम सामान्यतः कन्नड आणि इंग्रंजी असले तरी दक्षिण कन्नडा आणि उडिपि या दोन जिल्ह्यांत तुळु भाषा पण वैकल्पिक रीत्या शिकविली जाते.

या शिवाय आरोग्य, समाजकल्याण, सहकार, हस्तकला व ललितकला इत्यादी विविध क्षेत्रांतही विकासाची कामे झालेली आहेत. व होत आहेत.

सर्वांगीण प्रगतीच्या दृष्टीने कर्नाटक वाटचाल करीत आहे.

★★

८. कन्नड लोकसाहित्य

लोकसाहित्य ही त्या त्या भाषेची एक अमूल्य अशी संपदा आहे. लोकभावना, लोकाचार आणि लोकस्थिती यांचे दर्शन लोकसाहित्य घडवत असते. प्रत्येक भाषेत असे साहित्य आहे. कन्नडमध्येही आहे. वर्णक, बण्णबाडु, हाडु, गब्ब, इत्यादी कन्नड लोकसाहित्याच्या संज्ञा आहेत. 'गरतिय हाडू' नावाचा स्त्रीगीतांचा संग्रह प्रसिद्ध आहे. 'गरति म्हणजे कुलस्त्री व 'हाडु' म्हणजे गीत. निरनिराळ्या सण समारंभाची, विवाहादीही मंगल कार्याची, खेळ मौजेची अशी अनेक प्रकारची गीते कन्नड लोकसाहित्यामध्ये आहेत. 'पॉप्युलर कल्चर इन् कर्नाटक नावाच्या ग्रंथात मास्तीजींनी कन्नड लोकसाहित्याचा सर्वांगीण परिचय करून दिलेला आहे.

कन्नडमधील काही पारंपारिक बालगीते, म्हणी व लोककथा यांची ही वागनीः

१.
बा बा चंदामामा
मोत्तु कोडुबा
कब्बु हच्चि सिप्पे कोडुवे
माउ हच्चि ओटे कोडुवे
बा बा चंदामामा
मुत्तु कोडुबा !

- चांदोबा चांदोबा ये, मला पापा दे ! तुला देतो उसाची चोय, तुला देतो आंब्याची कोय . चांदोबा ये मला पापा दे !

२.
नविले नविले मळे बंदॉगा येल्लिदे !
तिरिमिंगरायन वनदल्लि आडुबा नाविडु !
यावा देशत नविलु ?

कोकङ्ग देशद नविलु !

- पाऊस आला धो धो तेव्हा होतास कुठे मोरा ? तिरिमिंगरायच्या बागेमध्ये नाचत होतो जरा! मोरा, तू कुठल्या देशातला? मी आहे कोकणातला !

म्हणी

- अतँगॅ आन्दु काल सॉसॅगॅ ऑन्दु काल.
  चार दिवस सासुचे, चार दिवस सुनेचे.
- ऑन कॉट्टस अडिकॅगॅ होद मान वरदु
  सुपारीने घालवलेली प्रतिष्ठा हत्ती देऊनही परत मिळविता येत नाही.
- दूरद बॅट्ट नुण्णगॅ ।
  दुरून डोंगर साजरे ।
  ळुगुववनिगॅ जॉण्डे आधार ।
  बुडत्याला काडीचा आधार ।
  ऑन्दे कैयिंद चप्पाळॅयागदु ।
  एका हाताने टाळी वाजत नाही.।

कन्नड लोककथा

सोन्याची थाळी

फार फार दिवसांपूर्वीची गोष्ट. कर्नाटकात कतलनकेरी नावाचे एक गाव होते. सगळ्या गावांना असतो तसा याही गावाला एक सरपंच होता. त्याचे नाव होते मतलन गौड. तो गावचा पुढारी होता.

कतलनकेरी गाव मात्र उजाड, भकास आणि सदा दुष्काळी होते. गावाला ना नदी ना ओढा. कधी तरी पाऊस पडायचा, गावातल्या विहिरी ओल्या व्हायच्या एके वर्षी तर पावसाने तोंड देखील दाखवले नाही. दुष्काळाने उग्र रूप धारण केले, मतलन गौड विचार करीत बसला, काय करावे ?

विचार करता करता मतलन गौडाला एक गोष्ट पक्की पटली आणि ती म्हणजे, नेहमी च्या या संकटाला तोंड दयायचे तर गावाजवळ एक भला मोठा तलाव खोदला पाहिजे. मग त्यासाठी किती का पैसा खर्च होईना, किती का मेहनत पडेना एकदा हे काम केलेच पाहिजे अशां तलावात बारामास पाणी साठेल, गावची तहान भागेल

मतलन गौडाने आपला विचार गाववाल्यांना सांगितला. सगळ्यांना तो पटला. दुसरे दिवशी घराघरातून कुदळी, फावडी बाहेर आली. गावची सेना तलाव खोदायला उभी राहिली.

खण खण खण घावावर घाव पडू लागले दणकट खडक फुटू लागले ऊन नाही, वारा नाहा, घामाच्या धारा ओघळल्या खण खण खण... पाहारी खोल खोल चालल्या. पाताळाला भिडल्या. पण पाण्याचा पाझर लागला नाही. इवलासा थेंब दिसला नाही. सगळ्यांचे चेहेरे मलूल झाले. निराश झाले. सगळी मेहनत फुकट जाणार? सारे कष्ट मातीला मिळणार? कतलनकेरीची तहान तशीच राहणार? सगळी चिंताच चिंता!

अशा वेळी कतलन केरीची एक रीत होती. प्रथा होती. हिंमत धरून त्यांनी गावच्या ज्योतिषाला बोलावले ज्योतिषी बुवांनी पोथी उघडली. भुवया ताणून पाने वाचली. मग ज्योतिषबुवा जमिनीकडे पाहत म्हणाले, "हा देवाचा कोप नाही, भुताची बाधा नाही. धरतीची भेट धरतीला मिळाली नाही. तिच्या पोटातले पाणी वर आले नाही." "आता उपाय सांगा चूक पदरात घेऊ." मतलन गौडा म्हणाला. ज्योतिषांने उपाय सांगितला, " धर्मग्रंथात लिहिले आहे की अशा वेळी गावच्या पुढाऱ्याने आपल्या सुनेचा बळी द्यावा, जलदेवीचा आशार्वाद घ्यावा. जलदेवता प्रसन्न झाली तर मोत्यासारखे स्वच्छ, सुंदर पाणी उसळून येईल, सगळा तलाव भरून जाईल!"

धर्मग्रंथाची अवज्ञा कोण करणार ? मतलन गौंडाला दोन सुना होत्या. धाकटी आणि थोरली. कुणाचा बळी द्यायचा ? थोरलीचा दिला तर मलतन गौडांच्या म्हातारपणी घरदार कोण सांभाळील ? मग ठरले, की धाकटीचा बळी द्यायचा. धाकट्या भागीरथीला हे कळले त्या वेळी तिचा पती मादेवराया फौजेत होता. रायाची फौज शत्रूशी लढण्यासाठी दूरदेशी गेलेली होती.

भागीरथी उठली सासूकडे गेली म्हणाली, "एकदा आईला भेटून येते"

"लौकर जा, लौकर ये "

सासूने परवानगी दिली पण बळी देण्याची गोष्ट बोलली नाही. पण तिच्या "लौकर ये, " या शब्दातच ती होती. भागीरथी समजून चुकली, 'हे अखेरचेच माहेरी जाणे? ती माहेरचा निरोप घ्यायच निघाली

माहेरी पोचली तेव्हा भागीरथीचा म्हातारा बाप सोप्यावर समोरच होता. भागीरथी अशी अचानक, न कळवता सवरता आली. हे पाहून म्हाताऱ्याला आश्चर्य वाटले बापाला पाहून भागीरथीचे डोळे भरून आले. म्हातारा म्हणाला,

"पोरी, माहेरी आलीस, तर डोळे का गाळतीस ?"

'बापाला कशाला सांगायचे ? म्हातारपणी दुःख द्यायचे? नकोच ते', भागीरथीने मनाशी ठरवले पण तिच्या चेहऱ्यावरची उदासी मावळली नाही. डोळ्यातली दुःखाची छटा लपली नाही.

खरं तर तिला हेही कळत होतं, समजत होतं, की क्वचित कुणाला मिळणारा बहुमान तिला लाभला होता. त्या काळी अशी भावना होती की व्यक्तीने कुटुंबासाठी, कुटुंबाने गावासाठी आणि गावाने देशाच्या भल्यासाठी पाहिजे ते मोल मोजले पाहिजे. प्राण देखील दिले पाहिजेत

भागीरथी हे जाणून होती. पण तिला वाटत होते, पती जवळ नाही. ते येतील आपण तेव्हा असणार नाही . आपल्या आठवणीने ते बैचेन बनतील हैराण होतील. त्यांना किती दुःख होईल? ते किती आसवं गाळतील ?

भागीरथीने मोठ्या कष्टानं डोळ्यातली आसवं पिऊन टाकली. बापाला म्हणाली, "मामंजी माझ्यावर नाराज आहे, घराबाहेर काढणार आहे." "पोरी त्याची एवढी काळजी कशाला करतीस ? घराबाहेर काढलं तर सरळ इकडं निघून ये. इथं मी तुला घर-जमीन देईन. हवं नको पाहीन"

"हवीय कोणाला तुमची जमीन ?" ती मनाशी म्हणाली,.

तेवढ्यात भागीरथीची आई बाहेर सोफ्यावर आली. पोरीला अशी अचानक आलेली पाहून तिलाही नवल वाटलं तिनंही दुःखी कष्टी दिसण्याचं कारण विचारलं भागीरथीनं आईलाही तेच सांगितलं आई धीर देत म्हणाली.

"काळजी करू नकोस पोरी, मी तुला माझा दागिना देईन."

"चुलीत गेला तुझा दागिना कुणाला हवाय तो ?" भागीरथी मनाशी म्हणाली.

नंतर तिची थोरली बहीण आली. तिनंही तेच विचारलं आणि तिलाही तीच उत्तर मिळाली.

"चिंता करू नकोस, ताई. तुझ्या सोबतीला माझा मुलगा धाडीन" बहीण म्हणली.

"हवीय कुणाला सोबत ?" भागीरथी मनाशी म्हणली, तिचे हृदय वेदनेने घायाळ बनलेले होते. पण माहेरच्यांना सांगून कशाला दुःखी कष्टी करा या विचाराने ती कुणाशी बोलली नाही.

गावात तिची एक सखी राहात होती. लहानपणापासून दोघींची मैत्री होती. भागीरथी तिच्याकडं गेली. सखीने तिला तोच प्रश्न पुसला. भागीरथीने तिला खरं खरं सांगून टाकलं. दुःख हलकं केलं.

सखी तिला म्हणाली, "भागीरथी, दुःखी कष्टी होऊ नको.आली संधी दवडू नको. यात तुझी शान आहे. यात तुझा मान आहे. लाभता मान स्वीकारून घे, मातीचा देह फेकून दे ! अशा पुण्याने स्वर्गात जाशील, जाताना गावाची तहान भागवशील

! गावची जमीन, गावची माणसं, गावची गुरं, गावची झाडं, सगळ्यांचे चेहेरे हसरे करशील!''

सखीचं बोलणं खोटं नव्हतं. भागीरथी आली तशी सासरी परत गेली.

तिकडं बलिदान -सोहळ्याची तयारी चालली होती. गावात धमाल उडालेली होती. नेहमीप्रमाणे देवीची महापूजा बांधायची इतकाच सहज भाव सगळयांच्या मनीमानसी नांदत होता.धान्यधुन्य निवडण्यात आले, काहिली भरभरून खीर, भात शिजला. लतापल्लवांनी गाव सजला.

भागीरथीनं आंघोळ उरकली. सोन्याच्या थाळीत पूजेचे साहित्य ठेवले पुढं भागीरथी चालली तिच्या मागं गावच्या सुहासिनी चालल्या. त्यांच्या मागं बाकीचे लोक चालले. गंभीर मौन सगळ्यांनी पाळले होते. जाता जाता सगळे तलावाच्या पाळीवर आले तिथं जलदेवीची पूजा झाली. आरती झाली. महावस्त्र अर्पण केले. सुगंधी फुलांच्या माळा घातल्या. सगळ्यांनी मग प्रसाद ग्रहण केला. भोजन झाल्यावर सगळे आपआपल्या वस्तू घेऊन परतले. तलावाच्या मध्यावर सोन्याच्या थाळी मात्र तशीच ठेवली. गाववाल्यांची इच्छा अशी होती की, बलिदान एक पवित्र मंगल कार्य आहे. तर ते तसेच गंभीरपणाने झाले पाहिजे. रक्तमांस सांडू नये की दुःख शोक करू नये. जलदेवी स्वतः प्रकट होईल. आपला नैवेद्य गोड करून घेईल! अर्धा रस्ता परतीचा संपला तेव्हा सोन्याची थाळीची आठवण काढण्यात आली. मग एकेका स्त्रीला परत जाऊन सोन्याची थाळी घेऊन येण्यास सांगितले, पण सगळ्याजणींनीच नकार दिला.शेवटी, भागीरथीला ह्या सूचनेतले मर्म कळले. ती गुपचुपपणाने परत फिरली. तलावाकडे गेली. तिच्या मुद्रेवर दुःखाची छटा नव्हती की डोळ्यांत अश्रूही नव्हते. धीर गंभीर दिसत होती ती ! भागीरथी तलावात उतरली तेव्हा मध्यभागी ठेवलेली सोन्याची थाळी दुपारच्या उन्हात चकाकत होती.

भागीरथीने जाऊन थाळी घेतली आणि परत फिरली. तलावाच्या कडेला आली. वर काठावर चढण्यासाठी पायऱ्या केल्या होत्या. भागीरथी पहिल्या पायरीवर चढली तोच ' खळखळ', 'खळखळ' असा वाहत्या पाण्याचा आवाज कानावर आला. भागीरथीने वळून पाहिले पाण्याचा एक मोठा झरा फुटला होता. स्त्रोतच्या स्त्रोत उफाळून वर आला होता . भरभर भरभर पाणी चोहोकडे पसरत होते. तलाव भरत होता. पाण्याचा ध्वनी इतका कोमल मधुर होता की जणू संगीताच्या गोड लहरीच!

भागीरथी स्तिमित होऊन पहिल्या पायरीवरच उभी होती. तेवढ्यात पाणी तिच्या पायाजवळ येऊन पोचले भागीरथी झटकन दुसऱ्या पायरीवर चढली, पाठोपाठ पाणीही चढले. तिच्या गुडघ्यापर्यंत पोचले तिसऱ्या पायरीवर गेली. पाणी वेगाने

चढले. तिच्या कमरेइतके झाले चवथ्या पायरीवर जाईतोवर गळाभर झाले आणि पाचव्या पायरीवर ती जाऊच शकली नाही. तोवर तलाव काठोकाठ भरूनही गेला होता. जलदेवीने आपला नैवेद्य घेतला होता. तिकडे रणांगणातल्या राहुटीत पडला असताना मादेवरायाला अनेक अशुभ स्वप्न पडली. एका स्वप्रात त्यानं पाहिलं की अंगावरचा अंगरखा जळून गेला आहे. तलवारीचे दोन तुकडे झाले आहेत ! मादेवराया खडबडून जागा झाला. ह्या स्वप्नांचा अर्थ काय? अवश्य काही दुर्घटना घडली असावी. तो अस्वस्थ झाला. तत्काळ त्यानं आपला घोडा काढला आणि भधाव वाऱ्यासारखा उधळीत कतलन केरीला घरी येऊनच थांबला.मुलगा आला याचा आनंद मतलन गौडाला आणि त्याच्या बायकोला बहुत झाला. मायदेवरा याची आई घरात वळून म्हणाली, "गंगव्वा, हात पाय धुवायला पाणी घेऊन ये! " रायाला राग आला. रागारागाने तो म्हणाला, "भागीरथी कुठं आहे? तिला पाणी आणायला सांगायचं सोडून गंगव्वा न् गंगोरव्या कशासाठी ? बिचारा मतलन गौड! काय सांगणार या मुलाला? सून गेली याचा का त्याला आनंद वाटत होता ? त्याला का दुःख नव्हते? पण गावाच्या भलाई पुढं त्याला का आडवं जाता येत होतं?

पण आता मायदेवरायला काय आणि कसं सांगणार होता तो ? म्हातारा खोटं बोलून गेला, "भागीरथीच्या आई-वडीलांना काय घडले हे नंतर कळलेले होते; पण जावायाला कसे सांगणार ? म्हातारा सासराही खोटं बोलला, " भागीरथी गेली आहे तिच्या मैत्रिणींकडं " मादेवराया तडक मैत्रिणींच्या घरी गेला.मैत्रिणींनी मात्र घडली गोष्ट खरीखरी सांगून टाकली. मायदेवरायाला दुःख झालं पण त्याला हेही कळले होते की भागीरथीने खुषीने बलिदान स्वीकारलेले होते. राया आदर्श पत्नीचा आदर्श पती होता. म्हणूनच सारं सहन करून शांत राहिला नाही तर घरी जाऊन त्याने घरी जाऊन आई-बापाची हजेरी घेतली असती. पण तिथून तडक तलावाच्या काठी आला. तलाव काठोकाठ पाण्यानं भरलेला होता. भागीरथीचा जीव गमावला होता, पण गावाला नवे जीवन लाभले होते! झुळझुळत्या पाण्याच्या लाटांकडे पाहत राया म्हणाला, "भागीरथी, मला सोडून कुठं एकटीच गेलीस? "

तुझ्यासाठी मोत्याच्या बांगड्या आणल्या आहेत मी त्या घालताच गेलीस?"

रायाचे डोळे भरभरून वाहत होते!

त्यानं निर्धारानं डोळे पुसले. घोड्यावर स्वार झाला. घोड्याला टाच दिली आणि भरल्या तलावात घोडा पिटाळला.

★★

९. संभाषण

कन्नड भाषेतील काही प्रथम परिचयात्मक वाक्ये येथे देवनागरीत दिली आहेत. एखाद्या कानडी माणसांशी प्रारंभी बोलण्यासाठी आणि कन्नड भाषेचाही अल्पसा परिचय होण्यासाठी यांचा उपयोग होईल.

मराठी	**कन्नड**
नमस्कार	नमस्कार
आपले नाव काय?	तम्म हॅसरु अेनु?
माझे नाव रंगाचार .	नन्न हॅसरु रंगाचार.
आपले आडनाव काय?	तम्म मनॅ हॅसरु अेनु?
आपल्या वडिलांचे नाव काय?	तम्म तदॅयवर हॅसरु एनु ?
आपण राहता कुठे?	तावु ॲल्लि वासिसुत्तीरि ?
मी हुबळीला राहतो.	नावु हुबळीदल्लि वासिसुत्तेनॅ
आपला पूर्ण पत्ता सांगा.	तावु तम्मपूर्ति विळासवन्नु हेळिरि.
लिहून घ्या	बरॅदु कोळ्ळि.
आपण कुठून येत आहात?	तावु ॲल्लिंद बरुत्तिद्दीरि ?
मी सरळ बंगलोरहून येत आहे	नानु बंगलोरिंद नेरवागि बरुत्तिदेनॅ
आपण कोठे जाणार आहा?	तावु ॲल्लि होगुविरि ?
मी आता विजापूरला जाणार आहे	नानु ईग वीजापुरिग होगुवॅनु .
तिथे आपले कोणी नातेवाईक आहेत?	यारादरु तम्म बंधुगळु
माझ्या नात्यागोत्याची माणसे	नन्न संम्बंधिगळु बंधुगळु
तिथे आहेत.	अल्लि अनेकरू इद्दारॅ.
तिथे माझे काही मित्रही आहेत.	अल्लि ननगॅ कॅलवु मित्ररू इद्दारॅ .

ठीक.	सरि.
बसा. इथे असे बसा.	कुड्रि इल्ली हीगॅ कुळितु कॉळ्ळि
तुमची प्रकृती कशी आहे?	निम्म आरोग्य हेगिदॅ?
माझी प्रकृती ठीक आहे?	अन्न आरोग्य सरियागिदॅ .
हे काय केलेस ?	इदु एनु
इथून बाजार किती दूर आहे?	पेटे इल्लिन्द एष्टु दूर ?
बराच दूर आहे.	बहळ दूर ।
वाट दाखवा	दारि तोरिसु ।
किती पैसे झाले ?	हण एष्टु ?
माझ्याजवळ मोड नाही.	नन्नल्लि चिल्लरे इल्ल.
ह्या शहराचे नाव काय आहे?	ई ऊरिन हेसरेनु?
ह्या शहराचे नाव म्हैसूर.	ई ऊरिन हेसरु म्हैसूर.
मला थोडे पाणी प्यायला देता का ?	स्वल्प नीरू तंदु कोडुत्तीरा?
हो, हो अवश्य .	हॉ अवश्य
एखादे गाणं म्हणा ना.	ओंदु हाडु हेळि.
मला गाता येत नाही	ननगे हाडलु बरुवुदिल्ल
ही बस कुठं जाते?	ई बस्सु एल्लिगे ओगुत्तदे?
तुमचे शिक्षण किती झाले ?	नीवु एल्लि वरगे ओदिद्दीरि ?
मी पदवीधर आहे.	नानु ग्राजुएट.
मी फिरायला जात आहे.	सुम्मने तिरुगाडिकोंडु बरलु होरटिद्देने.
चला, चहा घेऊ या .	बन्नि, चा कुडियोण.

★★

१०. कर्नाटक गीत

उदयवागलि नम्म चेलुव कन्नडनाडु ।
बदुकु बलुहिन नुडियु सदाभिमानद गूडु ॥धृ ॥
राजन्यरिपु परशुधरनु जनिसिद नाडु।
आजलधियने जिगिद इनुमनुदिसिद नाडु ॥
ओजेयिं मेरेदरसुगल साहसद सूडु ।
तेजवनु नमगीव वीरवृन्दद बीडु ॥१॥
लेक्किगमिताक्षररु नेरेदुर्मरेदिह नाडु ।
जक्कन शिल्पकले यच्चरिय नलुनाडु ॥
चोक्कमत गळ सारिदवरिगिदु नेलेवीडु ।
बोक्कसद कणजवै विद्वत्तेगळ काडु ॥२॥
पावनेयराकृष्णे भीमेयर ताय्याडु ।
कावेरिगोदेयस मैर्दालेव नलनाडु ॥
आवगं स्फुर्तिसुव कब्बिगर नडेनाडु
काव गदुगिन वीर नारायण बीडु॥३॥

अर्थ

आमच्या सुंदर कन्नडनाडूचा (कर्नाटकचा) उदय होवो ! कन्नड भाषा ही आमच्या जीवनाची व उन्नतीची भाषा आहे. त्याचप्रमाणे हा प्रदेशही आमच्या महत अभिमानाचा विषय आहे!

ह्या भूमीत, राजराजेश्वरांचा रिपू परशुराम जन्मला, ह्याच भूमीत ज्याने सागर उल्लंघन केले त्या हनुमानाचाही उदय झाला! अनेक महान राजे येथे होऊन गेले

आणि त्यांनी पराक्रम गाजवला. आमची भूमी ही आम्हाला प्रेरणा देणाऱ्या त्या वीरांची भूमी आहे.

कित्येक विद्वान येथे एकत्रित आले आणि नांदले. जक्कणाची मंत्रमुग्ध करणारी शिल्पकला याच सुंदर भूमीत आहे आणि भिन्न,भिन्न विचारप्रवर्तकांनी या भूमीतच वास करून तिला पुनीत केलेले आहे.

येथे संपत्तीची उणीव नाही की विद्वत्तेची वानवा नाही. कावेरी, गोदावरी ह्यांनी न्हाऊ घातलेली ही भीमेची व कृष्णेची पावनभूमी आहे. सदैव स्फूर्ती देत राहणाऱ्या श्रेष्ठांची ही भूमी आहे. गदगदचे वीर नारायण प्रतिपाळ करीत असलेली ही भूमी आहे.

★★